JB LÊ ĐỨC THỊNH

Hiệp Sĩ Đại Thánh Giá

ĐỐI THOẠI & PHỤC VỤ

JB LÊ ĐỨC THỊNH

Hiệp Sĩ Đại Thánh Giá

ĐỐI THOẠI & PHỤC VỤ

Nhiều Tác Giả

Nhóm Biên Soạn:

Phạm Hùng Nghị, Khải Đạo

Hình bìa - hình trong bài - hình phụ lục - tư liệu:
Đặng Văn Thanh cung cấp

Hình bìa trước:
Ông Bà HSĐTG JB Lê Đức Thịnh & Anna Nguyễn Thị Kim Yến
bên cạnh Đức Giáo Hoàng Francis trước phòng riêng của Ngài.
Hình bìa sau:
Ông Tô Lâm - Tổng Bí Thư & Chủ Tịch Nước -
tại tư gia Ông Bà Hiệp Sĩ Đại Thánh Giá.

Trình bày Bìa & Dàn trang:
Lê Giang Trần

Ấn phẩm màu - in ở California, Hoa Kỳ, 2025

ISBN # 979-8-3305-0658-3
Nhóm Biên Soạn phát hành

Nhiều Tác Giả

JB Lê Đức Thịnh
Hiệp Sĩ Đại Thánh Giá

ĐỐI THOẠI & PHỤC VỤ

Ấn Loát tại Hoa Kỳ - 2025

Hai Hiệp Sĩ Đại Thánh Giá Nguyễn Thị Kim Yến và Lê Đức Thịnh tại nhà nguyện Santa Marta, Tòa Thánh Vatican, 2013.

TƯỚC PHẨM
HIỆP SĨ ĐẠI THÁNH GIÁ

Lan Chi

Hiệp Sĩ Đại Thánh Giá là cấp bậc cao nhất (hoặc thứ hai) trong các phẩm hàm do Giáo Hoàng đích thân phong tặng những người có đóng góp vượt trội cho giáo hội, đất nước, cộng đồng và thế giới. Cụ thể, phẩm hàm Thánh Gregorio-Cả và phẩm hàm Thánh Sylvester bao gồm các cấp từ thấp đến cao là Hiệp Sĩ, Tư Lệnh, Tư Lệnh Gắn Sao và Hiệp Sĩ Đại Thánh Giá. Riêng phẩm hàm Giáo Hoàng Pio IX có thêm cấp cao nhất là Hiệp Sĩ Đeo Chuỗi Vàng.

Tước ***Hiệp Sĩ Đại Thánh Giá*** của ông **Lê Đức Thịnh** thuộc phẩm hàm Thánh Gregorio-Cả được ban cho những người có nhiều đóng góp cho Giáo Hội Công Giáo và cho đất nước, cộng đồng.

Những nhân vật nổi bật được phong tước hiệu ***Hiệp Sĩ Đại Thánh Giá hàm Thánh Gregorio-Cả,*** gồm có:

- Thái tử cuối cùng của đế chế Áo-Hung: Otto Von Habsburg
- Đương Kim Toàn Quyền Úc: Peter Cosgrove
- Chính trị gia Chile: Abdón Cifuentes Espinoza
- Triết gia Alice Von Hildeband
- Nhạc trưởng lừng danh người Ý: Ricardo Muti.

Lan Chi

(Báo Thanh Niên, số 358 (7306) ngày 24/5/2015)

Hiệp Sĩ Đại Thánh Giá JB Lê Đức Thịnh.

VÀI HÀNG TIỂU SỬ

Ông JB LÊ ĐỨC THỊNH

Hiệp Sĩ Đại Thánh Giá
Phẩm Hàm Thánh Gregorio-Cả

(Knight Grand Cross of the Papal Order of St Gregory the Great)

Sinh ngày 01/6/1961- Rửa tội ngày 07/6/1961
Tại Giáo xứ Phúc Nhạc - giáo hạt Gia Kiệm - Tổng Giáo phận Saigon
(nay là Xuân Lộc)
Thuộc Ấp Phúc Nhạc, xã Gia Tân, quận Kiêm Tân, tỉnh Long Khánh
(nay là Ấp Phúc Nhạc 2, xã Gia Tân 3, huyện Thống Nhất,
tỉnh Đồng Nai)

Học trường Trung học Sư Phạm Đồng Nai (1977)
Giáo viên tại Trường Phú Trung B, huyện Tân Phú, tỉnh Đồng Nai)

Lập gia đình năm 1988
Vợ là Bà Anna Nguyễn Thị Kim Yến

Ngày 12/6/2007, Hai Ông Bà đều được
Đức Giáo Hoàng Benedito 16 ban phong Phẩm Hàm
HIỆP SĨ ĐẠI THÁNH GIÁ & NỮ HIỆP SĨ ĐẠI THÁNH GIÁ

Gia đình ÔB và các con hiện sống và làm việc tại TP Hồ Chí Minh.

BENEDICTVS XVI PONT. MAX.

CVM COMPERTVM HABEAMVS TE OPTIME ESSE MERITVM DE ECCLESIA, VT, PRECES NOBIS ADHIBITAS LIBENTI ANIMO EXCIPIENTES, CONSPICVAM NOS TIBI BENEVOLENTIAE NOSTRAE TESTIFICATIONEM PVBLICE EXHIBEAMVS TE

Joannem Baptistam Lê Đức Thịnh

e Dioecesi Xuanlocensi

A MAGNA CRVCE EQVITEM ORDINIS S. GREGORII MAGNI E CLASSE CIVILI ELIGIMVS, FACIMVS AC RENVNTIAMVS. TIBI PROINDE FACVLTATEM TRIBVIMVS MAXIMI ETIAM MODVLI NOMISMA ARGENTEVM SINISTRO INNEXVM PECTORIS LATERI GESTANDI NEC NON PRIVILEGIIS OMNIBVS VTENDI, QVAE CVM HAC DIGNITATE SVNT CONIVNCTA.

DATVM ROMAE, APVD S. PETRVM, DIE *XII mensis Iunii anno MMVII.*

Secretarius Status

BENEDICTVS XVI PONT. MAX.

CVM COMPERTVM HABEAMVS TE OPTIME ESSE MERITAM DE ECCLESIA, VT, PRECES NOBIS ADHIBITAS LIBENTI ANIMO EXCIPIENTES, CONSPICVAM NOS TIBI BENEVOLENTIAE NOSTRAE TESTIFICATIONEM PVBLICE EXHIBEAMVS TE

Annam Nguyễn Thị Kim Yến

e Dioecesi Xuanlocensi

DOMINAM A MAGNA CRVCE ORDINIS S. GREGORII MAGNI ELIGIMVS, FACIMVS AC RENVNTIAMVS. TIBI PROINDE FACVLTATEM TRIBVIMVS MAXIMI ETIAM MODVLI NOMISMA ARGENTEVM SINISTRO INNEXVM PECTORIS LATERI GESTANDI NEC NON PRIVILEGIIS OMNIBVS VTENDI, QVAE CVM HAC DIGNITATE SVNT CONIVNCTA.

DATVM ROMAE, APVD S. PETRVM, DIE *XII mensis Iunii anno MMVII.*

Secretarius Status

Hai bằng sắc phong tước phẩm Hiệp Sĩ Đại Thánh Giá

LỜI DẪN NHẬP

JB LÊ ĐỨC THỊNH - *Hiệp Sĩ Đại Thánh Giá* • ĐỐI THOẠI & PHỤC VỤ được giới thiệu và gởi tới bạn đọc, gồm một số bài viết của các nhà báo trong và ngoài nước đã từng liên tục dõi theo hoặc đồng hành với vị Hiệp sĩ Đại Thánh Giá suốt nhiều năm qua. Đặc biệt, từ sau ngày Ông được Đức Giáo Hoàng Benedicto 16 chính thức trao ban tước phẩm cao quý này.

Đã có hàng trăm bài viết, bản tin được công bố trên các báo Tuổi Trẻ, Thanh Niên, Tiền Phong, Đại Đoàn Kết, Thời báo Kinh tế Việt Nam, Công giáo và Dân tộc, Người Công giáo Việt Nam, Pháp luật Việt Nam, Lao Động, Tinh hoa Việt, Công an Thành phố Hồ Chí Minh, L'Osservatore Romano... Không chỉ bởi Ông JB Lê Đức Thịnh là người Việt Nam và người Châu Á đầu tiên được trao ban tước phẩm Hiệp sĩ Đại Thánh Giá, bậc cao nhất thuộc Phẩm hàm Thánh Gregorio Cả, vì những công lao to lớn đối với Giáo hội và xã hội; Ông còn là một giáo dân tiêu biểu sống trọn vẹn tinh thần Đối Thoại và Phục vụ để nối nhịp cầu đạo-đời ngày thêm thắm thiết, tốt đẹp.

Đồng thời còn có không ít các bài viết, tham luận được công bố tại các diễn đàn Hội nghị, tạp chí chuyên ngành do các nhà hoạt động xã hội thuộc các đoàn thể thực hiện.

Ban Biên Soạn

Trong giới hạn của một tập sách nhỏ, chúng tôi không thể trích đăng tất cả các bài viết phản ánh về con người, về hành trình ***Đối Thoại và Phục Vụ*** trải dài suốt gần 20 năm và trên khắp cả nước từ Bắc chí Nam, với rất nhiều hoa trái của tình yêu thương bác ái mà Ông đã gieo hái cả trong những tháng ngày đau yếu nặng nề. Các bài viết in lại trong tập này, chúng tôi cố gắng giữ gần như nguyên tác, trừ vài ba trường hợp mạn phép lược bỏ những đoạn ngắn để tránh trùng lặp với các bài khác. Hơn nữa, vì phần lớn là người ngoài Công Giáo, nên có đôi chỗ, tác giả sử dụng câu chữ nhà đạo không hoàn toàn chuẩn xác, chúng tôi cũng xin mạn phép hiệu đính. Rất mong được thông cảm.

Chúng tôi cũng giới thiệu vài bài viết của chính Hiệp Sĩ Đại Thánh Giá, nguyên văn Thư của Đức Giáo Hoàng Francico gởi giáo hữu Công giáo Việt Nam (2023), và chút tư liệu về Phúc Nhạc – quê hương Hiệp Sĩ – về Đại Chủng Viện Thánh Giuse Xuân Lộc, Trường Cao Đẳng Nghề Xuân Lộc... là những thành tựu có ghi dấu của ngài Hiệp Sĩ.

Hy vọng trong một tương lai gần nhất có thể, chúng tôi có dịp giới thiệu sâu và đầy đủ nhất với bạn đọc về những việc Ông đã đóng góp vào thành quả phát triển đời sống Giáo hội Công giáo trong xã hội Việt Nam.

Vì ở xa nên không có điều kiện liên lạc xin phép trước, BBS xin lỗi các tác giả có bài viết được sử dụng trong tập sách không thương mại này, rất mong được lượng thứ.

Trân trọng.

Ban Biên Soạn

NHƯ MUỐI CỦA ĐẤT, NHƯ MEN TRONG BỘT

Hiệp Sĩ Đại Thánh Giá Đầu Tiên Của Châu Á

Phùng Nghị

Đầu tháng 11/2007, hàng chục ngàn giáo dân và bà con trong vùng Gia Kiệm (huyện Thống Nhất, tỉnh Đồng Nai), cùng đông đảo các quan chức đại diện Đảng, Mặt trận Tổ quốc, chính quyền các cấp từ trung ương đến địa phương, hoan hỉ chúc mừng ông JB **Lê Đức Thịnh** chính thức đón nhận tước phẩm ***Hiệp sĩ Đại Thánh Giá*** do Đức Giáo Hoàng Benedicto 16 ban tặng.

Đây là một vinh dự không chỉ cho riêng ông, mà còn cho cả cộng đoàn giáo dân Việt Nam. Bởi ông là Hiệp sĩ Đại Thánh Giá đầu tiên của châu Á, kể từ khi tước phẩm này được thiết lập năm 1831 nhằm tuyên dương các tín hữu trên thế giới có nhiều công trạng trong cuộc sống ***"tốt đạo, đẹp đời"***.

Tại nghi lễ công bố sắc phong, trao huy hiệu và thanh kiếm tượng trưng, được tổ chức trong một thánh lễ trọng thể, do gần 200 vị Linh mục và 3 Giám mục đến từ các địa phương trong cả nước đồng tế với phẩm phục màu vàng; một vị Giám mục đã ghi nhận tóm tắt: trong thời gian qua, ông đã có nhiều hoạt động, tuy âm thầm nhưng rất có ý nghĩa, góp phần vào việc thực hiện đường lối chung của giáo hội Công giáo Việt Nam, là ***"Sống Phúc Âm giữa lòng Dân tộc, để mưu cầu hạnh phúc chung cho mọi người"***. Những đóng góp của ông, có sự chung tay cộng tác của người bạn đời gắn bó. Vì vậy Phu nhân của ông, bà **Anna Nguyễn Thị Kim Yến** cũng được Giáo Hoàng sắc phong là *Nữ Hiệp sĩ Đại Thánh Giá*.

Chàng Hiệp sĩ xuất thân từ đường phố

Đông đảo bà con ở xứ đạo Phúc Nhạc (Đồng Nai) nơi ông sinh ra và lớn lên, hay ở phường 16 (quận Gò Vấp, TPHCM) nơi gia đình ông đang sinh sống, cũng như chính ông đều không biết hết ý nghĩa và giá trị của tước phẩm Hiệp sĩ. Họ chỉ biết ông đã sống, xử sự với họ như một hiệp sĩ: luôn hết lòng chia sẻ với mọi người những khó khăn, thiếu thốn bằng tất cả chân thành cảm thông và yêu thương. Họ cũng biết được rằng ông Thịnh đã từng trải qua những tháng năm cơ cực nhất đời người: thiếu ăn, rách mặc, không chốn nương thân, nhiều đêm phải co ro ngủ nhờ trong một trạm gác dân phòng hay một đồn công an.

Chỉ có nỗi trăn trở duy nhất là làm sao tiếp tục được đến trường. Cuối cùng bằng các lớp bổ túc ban đêm, ông cũng xong được cấp 3. Ông thuê một căn nhà nhỏ phía sau nhà thờ Lạng Sơn (Gò Vấp) để có thể *"sáng tối gần Chúa và gần anh em"* – như ông tâm sự và cũng để gia đình an tâm hơn về cuộc sống của ông. Biết chắc rằng ông lao động chân chính, khi đó mới nhận những đồng tiền ông chắt chiu gởi về phụ với bố mẹ lo cho các em. Trong những ngày ở đây, ông đã gặp được tình yêu của mình và nên chồng vợ.

"Gần 20 năm qua, vợ tôi đã nâng đỡ tôi rất nhiều. Nhất là cùng với tôi chắt chiu, dành dụm để cùng lo cho bố mẹ già, lo cho các em. Có thể nói là chúng tôi đã thành điểm tựa đỡ nâng bố mẹ trong tuổi già, và là đòn bảy cho các em vươn tới. Đến nay, tất cả các em tôi đều có công ăn việc làm đủ để nuôi sống gia đình một cách xứng hợp, chú em út đã xong đại học và đang làm thạc sĩ. Còn chúng tôi, từ những đồng vốn nhỏ nhoi, tích cóp, cùng với vận hội mới của đất nước, chúng tôi đã có một cơ sở kinh doanh cà phê bột, mua được nhà. Chuyển dần sang kinh doanh các loại hình khác, và đến nay đã ổn định về đời sống kinh tế."

Ông Thịnh phấn khởi hơn khi nói về gia đình. Nhưng rồi ông lại chùng xuống khi nói về bố mẹ, các cụ đã ra đi, không ở lâu với con cháu để được thảnh thơi tuổi già. Ngày ông Thịnh đón nhận tước phẩm Hiệp sĩ Đại Thánh Giá cũng là lễ mãn tang mẹ.

Bà con giáo xứ Phúc Nhạc kể rằng: dù bận rộn bao nhiêu công việc, gần như tuần nào ông cũng vượt 70 km về Phúc Nhạc, vào nghĩa trang thăm mộ phần bố mẹ. Có khi gần nửa đêm, ông mới về tới, ra cạnh mẹ và hát cho bà nghe những bài ca rất lạ, chắc tự phát từ đáy lòng. Tình yêu thương, thảo kính của ông đối với bố mẹ đã liên tục thể hiện, không chỉ từ khi các cụ đã mất, mà ngay từ khi họ còn sống. Nhiều người làm chứng: ông đã lo toan tất cả mọi chuyện lớn nhỏ cho gia đình người chị gái; nuôi dạy các em; đối xử chân thành phải lễ với họ hàng.

Đôi với gia đình bên vợ cũng thế. Ông Thịnh bảo, đấy là đạo Hiếu: vừa là đạo làm người, vừa là giới răn của Chúa truyền dạy, một giới răn đứng đầu trong các mối tương quan giữa con người với nhau. Làm sao có thể yêu được Mẹ Tổ quốc, Mẹ Giáo hội, khi không hết lòng yêu người Mẹ đã cưu mang và vú đã cho mình bú? Ông đã tiếp tục truyền dạy lại bài học này của người bố quê chân chất từng dạy cho anh chị em ông ngày xưa, cho người con gái duy nhất của ông hôm nay. Ông cũng tin rằng những gì mình đang có được hôm nay là kết quả hồng phúc của ông bà, bố mẹ; và sẽ trở thành hồng ân, hồng phúc, thành tấm gương cho con cháu sau này.

Với hai bà mẹ trong một mái nhà

Ông Thịnh, hiện là một doanh nhân khá thành đạt, và vẫn thường xuyên có những chuyến xa nhà. Nhưng không phải do đơn thuần chuyện làm ăn kinh doanh, mà còn do bao nhiêu "chuyện bao đồng": gặp gỡ giáo quyền, chính quyền các cấp ở các địa phương.Phải đến tận nơi lắng nghe, xem xét các tâm tư, nguyện vọng, và cả các vụ việc cụ thể đang xảy ra đây đó trong giáo hội, giáo quyền, để có thể truyền đạt, kiến nghị với các cấp chính quyền, với Mặt trận tổ quốc để được hỗ trợ, giải quyết. Tuy không nói cụ thể trường hợp nào vì không muốn chạm đến sự khiêm tốn, chỉ muốn âm thầm trong mọi việc làm của ông, nhưng một Linh mục ở vùng Đồng Nai đã xác nhận rằng: *"Khá nhiều kết quả đã đạt được, thông qua nhịp cầu Lê Đức Thịnh."*

Chính ông cũng từng rất băn khuăn, đắn đo, thậm chí muốn "không dám nhận" tước phẩm Hiệp sĩ Đại Thánh Giá, khi được tin từ phía giáo hội. Ông vẫn muốn tránh những vênh vang thế tục, có khi còn làm ảnh hưởng đến công việc chung. Nhưng rồi với sự đồng thuận của giáo quyền, sự khích lệ của chính quyền, ông đã hân hoan đón nhận tước phẩm như một món quà của hai Người Mẹ, là Mẹ Giáo hội và Mẹ Tổ quốc trao ban.

Ông tâm sự:

"Tổ quốc và Giáo hội đúng là hai bà mẹ cùng sống chung trong một mái nhà. Nhưng do điều kiện lịch sử chen lẫn ánh sáng và bóng tối, nên trong quá khứ và cả hiện tại vẫn còn có nhiều lúc, nhiều nơi chưa hiểu thấu được nhau, thậm chí còn có những nghi ngờ, đố kỵ. Là người con sống chung mái nhà với hai bà Mẹ đều rất vĩ đại này, chúng ta phải làm gì cho bầu không khí thân thương, hiểu biết ngày càng lan tỏa và bát ngát hương thơm. Bổn phận người có đạo, đã tin vào Chúa, và xác nhận mọi người là anh em con một Cha trên trời, ta phải yêu mến, trung thành, vâng phục Chúa và Mẹ Giáo hội; đồng thời phải đồng hành, chia sẻ với mọi người là đồng bào, là con dân một nước. Theo Chúa, không có nghĩa là chỉ chăm bẳm vào thiên đàng mai sau, mà còn đòi buộc mỗi người theo năng lực và trình độ của mình, phải sống tích cực xây dựng một xã hội trần thế tốt đẹp hơn, ở đó con người được tôn trọng và phát triển, được sống xứng đáng với phẩm giá. Điều này cũng hoàn

toàn phù hợp với bổn phận của một người con đối với Mẹ Tổ Quốc; phải yêu thương, đùm bọc, giúp đỡ lẫn nhau; cùng nhau góp phần xây dựng tổ quốc ngày thêm giàu mạnh."

Cả hai vợ chồng Hiệp sĩ có chung tâm tình:

Những việc làm của chúng tôi, âm thầm và nhỏ bé, chỉ với một ước nguyện là trở thành muối của đất, men trong bột; để sao cho mọi người Việt Nam, có đạo hay không có đạo, được sống trong thịnh vượng, an bình. Bởi: "Phúc cho ai xây dựng hòa bình, vì sẽ được gọi là con Thiên Chúa!"

PN

Thời báo Kinh Tế Việt Nam
(Số 30-36, ngày 4/2 – 11/2/2008 – Xuân Mậu Tý)

Đức Giáo Hoàng Francis và HSĐTG JB Lê Đức Thịnh trước phòng riêng của Ngài.

HIỆP SĨ ĐẠI THÁNH GIÁ, ÔNG LÀ AI?

Lê Hữu Tuấn

Tuổi thơ không thơ mộng

Không như tôi nghĩ ban đầu, vị Hiệp sĩ vừa được phong hiện nay không ở tại vùng Gia Kiệm. Sau khi liên lạc với một số Linh mục có liên hệ, tôi được biết anh đã về Saigon sinh sống từ nhiều chục năm qua, Phúc Nhạc chỉ là nơi anh sinh trưởng. Gặp nhau và trò chuyện tại căn nhà đơn giản của anh tại phường 16, quận Gò Vấp, TPHCM, tôi được nghe anh lần giở lại cuộc đời mình như một đoạn phim, có khúc buồn, có khúc vui, có chỗ sáng, có nơi tối.

Hiệp sĩ JB. Lê Đức Thịnh sinh năm 1961 tại giáo xứ Phúc Nhạc, miền của nhiều ngôi giáo đường và những đồng lúa, nương khoai, là con thứ trong một gia đình có đến 10 anh chị em, cha mẹ sống nhờ nghề nông. Mười bốn tuổi rưỡi, khi vừa học xong lớp 9, anh thi vào trường Trung học Sư phạm với ước mơ trở thành một thầy giáo làng dạy tiểu học, vừa để giúp trẻ trong vùng biết thêm con chữ, lại vừa nhanh có việc làm đỡ đần cha mẹ nuôi em. Sau một năm rưỡi vừa đi phụ rẫy cho người ta, vừa học, anh ra trường và nhận quyết định về dạy ở một vùng quê. Tuy nhiên, đời sống thời đất nước mới thống nhất quá khó khăn, nhất là với một thầy giáo trẻ mới ra trường sống xa nhà, lại gánh nặng cả đàn em còn quá thơ dại, nên chỉ được ít lâu, anh gạt nước mắt chia tay với học trò tìm kế sống mới.

Anh khăn gói lên Sài Gòn với tài sản vỏn vẹn là hai bộ quần áo và bầu nhiệt huyết của một thanh niên vừa lớn. Không bà con, không nơi nương tựa, anh xin làm bốc xếp ở bến xe, ngày lao động, tối đi học, khuya thì tìm đến góc chợ, trạm gác dân phòng hay đồn công an xin ngủ nhờ. Thôi thúc về việc học hành, ước mơ về một tương lai sáng sủa đã giúp anh bền chí suốt nhiều năm liền sống trong hoàn cảnh này. Anh học xong cấp ba, rồi đi học thêm một số chuyên ngành ngắn hạn với suy nghĩ sẽ hỗ trợ cho cuộc sống về sau. Để dành được đồng nào, anh gởi về phụ cha mẹ nuôi em; phần khác tích lũy làm vốn để lập thân. Trong suốt quá trình này, anh học được nhiều điều từ cuộc sống, mà gần gũi nhất, sâu đậm nhất vẫn là tình người trong khó khăn. Anh bảo nếu không có sự nâng đỡ của cuộc đời, không có những chiếc bánh, củ khoai người này người khác giúp anh trong những lúc đói khổ nhất, giữ anh giữ vững niềm tin vào lòng người vô tận, chắc là anh đã bỏ cuộc trở về quê sống sống đời khó nhọc ngay từ những ngày đầu tiên. Và như thế, giáo hội Việt Nam hôm nay chắc chắn sẽ không vinh dự có một giáo dân được Đức Giáo Hoàng phong Hiệp sĩ Đại Thánh Giá.

Hai mươi bảy tuổi, anh lập gia đình. Hai vợ chồng chắt chiu tạo dựng được một cơ sở kinh doanh cà phê bột, rồi mua được nhà. Sau đó, nhờ sự cần cù, nhờ thời kinh tế mở cửa, vợ chồng anh chuyển qua kinh doanh nhiều lĩnh vực khác, nhất là loại hình bất động sản và đã có cuộc sống khá thong thả về tài chính. Không đợi đến khi đã vững chãi về kinh tế ngay khi bắt đầu làm được vài đồng và vẫn còn sống lây lất vỉa hè, anh đã ý thức việc chia sẻ với anh em khó khăn hơn. Anh nói đó là cách đền đáp với cuộc sống đã không quay lưng với mình.

Đường đến Hiệp sĩ

Theo thú nhận của anh Thịnh, cho đến bây giờ, anh vẫn chưa hiểu hết ý nghĩa của tước Hiệp sĩ Đại Thánh Giá. Anh chỉ nghe các Đức Cha, các Cha cho biết, đây là một trong những tước Hiệp sĩ danh giá nhất của Tòa thánh, mà anh là người đầu tiên của châu Á được vinh dự đón nhận. Tước này được Đức Giáo Hoàng Gregorio xác lập năm 1831 nhằm tuyên dương các tín hữu trên thế giới có nhiều công trạng đối với giáo hội và xã hội.

Trong sắc phong gởi về, Đức Giáo Hoàng Benedicto 16 viết:

> *"Gởi hiền tử JB. Lê Đức Thịnh*
>
> *Cha biết con có nhiều công lao đối với Giáo hội. Để chính thức biểu lộ bằng chứng cụ thể lòng ưu ái của Cha đối với con, Cha sẵn lòng chấp nhận lời thỉnh*

cầu để tuyển chọn, thiết đặt và công bố con là Hiệp sĩ Đại Thánh Giá của Hiệp hội Thánh Gregorio Cả thuộc bậc giáo dân. Cha cũng ban cho con quyền mang huy hiệu loại lớn nhất bằng bạc gắn trên ngực trái và được hưởng mọi đặc ân đi kèm tước phẩm này."

Theo Đức Giám mục Xuân Lộc Đaminh Nguyễn Chu Trinh thì, một trong những yếu tố làm nên một Hiệp sĩ là người giáo dân đã và đang chu toàn được ít nhiều bổn phận với ba Người Mẹ: Mẹ cưu mang dưỡng dục; Mẹ Quê hương đất nước và Mẹ Giáo hội. Người giáo dân phải hiếu thảo với cha mẹ mình, hết lòng yêu mến và tích cực góp phần xây dựng bằng cách chu toàn bổn phận của người công dân đối với đất nước, và vâng phục, trung thành với Chúa, với Mẹ Giáo hội, tích cực dân thân để Mẹ Giáo hội càng ngày càng phục vụ tha nhân cách hữu hiệu hơn. Và anh Thịnh đã làm được phần nào những phận sự đó.

Cũng theo Đức Cha Trinh, trong nhiều năm qua, những đóng góp của anh Thịnh tuy âm thầm nhưng rất có ý nghĩa, không những đối với giáo phận Xuân Lộc mà còn đối với một số giáo phận khác. Có lẽ, chính điều này đã tạo sự cảm kích trước những vị chủ chăn Việt Nam, nên anh đã được sự đồng thuận của Hội đồng Giám Mục Việt Nam khi Đức Cha Giám mục Xuân Lộc đề cử để thỉnh nguyện Đức Giáo Hoàng phong tước Hiệp sĩ.

Về phần mình, anh Thịnh cho biết chưa một lần đến Roma và cũng chưa từng nghĩ có ngày mình nhận được vinh dự này. Tất cả những công việc anh làm xưa nay chỉ với mong muốn góp phần chia sẻ với tha nhân, chung tay với xã hội, giáo hội làm đẹp hơn gương mặt Việt Nam. Anh nói, anh nợ nhiều với cuộc đời, nên những chuyến đi đây đó giúp trại phong, viện mồ côi, bão lụt, làm nhà tình thương, người tàn tật.trong những năm qua được anh xem là bổn phận, là nghĩa vụ và là cả niềm vui. Anh nói, khi được các Đức Cha thông báo việc mình được phong tước Hiệp sĩ, anh suy nghĩ lung lắm và có ý định xin thôi. Lý do là anh thấy công việc của mình rất bình thường, thậm chí là tầm thường so với nhiều người; rồi nữa, sợ sau khi nhận tước, lại không giữ được cho xứng đáng. Tuy nhiên, sau khi được giải thích, anh mạnh dạn đón nhận như một sự nhắc nhở mình trong hành trình dấn thân.

Đức Giám mục Xuân Lộc cũng nói về điều này trong thánh lễ trao tước Hiệp sĩ ngày 05.11:

> *"Việc ban tặng danh dự cho một người không nhằm tôn vinh một cá nhân, nhưng là một lời mời gọi chính bản thân người ấy cũng như mọi Kitô hữu hãy làm vinh danh Chúa bằng một đời sống thánh thiện, và tích cực làm việc Tông đồ trong môi trường xã hội theo ơn gọi riêng của mỗi người"*

L.H.T

(Báo Công Giáo và Dân Tộc, số 1637-1638, ngày 21/12 đến 27/12/2007)

HÌNH ẢNH NGƯỜI GIÁO DÂN "SỐNG PHÚC ÂM GIỮA LÒNG DÂN TỘC"

Trường Thanh

Cuối năm 2007 Giáo hội Công giáo Việt Nam đón nhận sự kiện quan trọng đặc biệt là Giáo Hoàng Benedicto 16 phong tước ***Hiệp sĩ Đại Thánh Giá*** cho giáo dân Lê Đức Thịnh – người Công giáo Việt Nam và cũng là người châu Á đầu tiên được nhận tước phẩm cao quý này.

Tước phẩm Hiệp sĩ Đại Thánh Giá được Giáo Hoàng Gregorio 16 xác lập từ năm 1831 nhằm tuyên dương các tín đồ trên thế giới có nhiều công trạng đối với giáo hội và xã hội. Cùng với tước phẩm được Giáo Hoàng ban là thanh gươm Hiệp sĩ thể hiện niềm tin, đức hy sinh đối với những gì thiêng liêng cao quý nhất.

Giáo dân JB Lê Đức Thịnh sinh năm 1961, tại giáo xứ Phúc Nhạc, xã Gia Tân, huyện Thống Nhất, tỉnh Đồng Nai;

là con thứ 2 trong gia đình 10 người con, sống bằng nghề nông với một tuổi thơ nghèo khổ và thiếu thốn. Cũng chính vì vậy mà lòng trắc ẩn và tinh thần vì cộng đồng đã hun đúc và lớn dần lên trong con người anh. Từ khi còn rất nhỏ mặc dù gia đình rất nghèo nhưng anh vẫn chia sẻ, giúp đỡ bà con lối xóm. Học xong lớp 9, Lê Đức Thịnh thi vào trường Trung học Sư Phạm với ước mơ trở thành thầy giáo giúp trẻ trong làng biết thêm con chữ. Xuất thân từ một gia đình Công giáo nghèo, vì hoàn cảnh gia đình khó khăn, đông anh em, cha mẹ ốm đau bệnh tật nên anh lên Sài Gòn vừa làm vừa học, vừa lo kiếm tiền gửi về hỗ trợ cha mẹ nuôi các em. Khi cha mẹ qua đời anh lại tiếp tục lo chu toàn phần mộ và nuôi các em trưởng thành. Nhờ sự cần cù, chịu khó Thịnh đã tạo dựng cơ sở kinh doanh cà phê bột; 27 tuổi anh lập gia đình, sau đó chuyển qua kinh doanh nhiều lĩnh vực khác.

Điều đáng nói là hơn 20 năm gây dựng sự nghiệp cũng là từng đấy thời gian anh luôn gắn bó với các hoạt động của MTTQ các cấp và hoạt động bác ái của giáo hội Công giáo. Chỉ tính từ năm 2004 đến nay anh là người đã giúp Giám mục Nguyễn Chu Trinh, Giám mục giáo phận Xuân Lộc vận động chức sắc, đồng bào Công giáo đóng góp hàng trăm tỷ đồng làm công việc bác ái, như: làm đường giao thông nông thôn tạo điều kiện thuận lợi cho bà con đi lại; cùng với chính quyền các cấp xây dựng nhà tình thương để người nghèo đỡ khó khăn hơn. Bên cạnh đó còn giúp cho người nghèo được mổ mắt, trẻ em bị bệnh tim được mổ tim, chăm sóc người già neo đơn, tàn tật nhằm giúp người có hoàn cảnh khó khăn được khỏi bệnh, trở về với cuộc sống đời thường. Trong các lĩnh vực này, anh vừa là người khởi xướng, vừa là người đề xuất phương án, vừa là người trực tiếp tham gia.

Những việc làm của Thịnh không chỉ là giúp đỡ về mặt vật chất mà còn làm chuyển biến trong nhận thức của người Công giáo trong việc coi trọng sự học và học cao cho con em, biết bảo vệ sức khỏe và biết cách phòng chống bệnh tật. Việc làm đó tuy âm thầm nhưng đã góp phần cùng toàn xã hội lo cho người nghèo.

Không chỉ ở lĩnh vực từ thiện bác ái, mà trong đời sống sinh hoạt đạo anh vừa là tấm gương, vừa vận động chức sắc, bà con giáo dân chấp hành chính sách, pháp luật của nhà nước. Đồng thời tham gia và hưởng ứng tích cực phong trào thi đua "Toàn dân đoàn kết xây dựng cuộc sống mới ở khu dân cư", sống tốt đời đẹp đạo. Lê Đức Thịnh cũng là người dám đấu tranh chống mọi biểu hiện, hành vi lợi dụng tôn giáo để chống nhà nước, chống giáo hội, chia rẽ khối đại đoàn kết dân tộc, đoàn kết tôn giáo. Chính những việc làm này đã tạo sự cảm kích trước những vị Giám mục Việt Nam; tạo được sự đồng thuận của Hội đồng Giám Mục Việt Nam khi đề cử, thỉnh nguyện Đức Giáo Hoàng phong thưởng.

Giám mục Nguyễn Chu Trinh, giáo phận Xuân Lộc đã nói về các đóng góp của anh tuy âm thầm nhưng có ý nghĩa quan trọng đối với sứ mạng của Giáo hội Công giáo Việt Nam. Trong lễ tấn phong Đại Hiệp sĩ, Đức Giám mục Nguyễn Chu Trinh đã nói, Thịnh đã có công phụng dưỡng ba người Mẹ: mẹ thứ nhất là người sinh thành ra anh; người Mẹ thứ hai là Tổ quốc Việt Nam đã cưu mang, và người Mẹ thứ ba là Giáo hội đã nuôi dưỡng anh bằng

Lời Chúa. Nghĩa là trong Thịnh luôn thấm đẫm tình yêu của một người con hiếu thảo với cha mẹ; người công dân với trách nhiệm và bổn phận đối với đất nước, một con chiên chu toàn bổn phận đối với Chúa. Hơn ai hết anh chính là hình ảnh của một người giáo dân tốt, đồng thời là người công dân tốt; và chính hình ảnh đó đã góp phần làm cho Giáo hội Công giáo Việt Nam ngày càng tỏ rạng hơn trong lòng dân tộc. Là một giáo dân bình thường nhưng anh đã đứng ở trong lòng xã hội để cùng đồng cảm, chia sẻ những khó khăn của xã hội.

Với những đóng góp to lớn đó, giáo dân Lê Đức Thịnh thật xứng đáng được vinh dự nhận tước phẩm Hiệp sĩ Đại Thánh Giá. Bà Anna Nguyễn Thị Kim Yến – vợ của giáo dân Lê Đức Thịnh cũng được Đức Giáo Hoàng sắc phong là Nữ Hiệp Sĩ Đại Thánh Giá, được quyền mang huy hiệu loại lớn nhất bằng bạc gắn trên ngực trái và được hưởng mọi đặc ân đi kèm theo tước phẩm này, do thường xuyên hết lòng giúp chồng tham gia các hoạt động bác ái, từ thiện.

Với vinh dự này, anh càng ý thức mình phải luôn nỗ lực để xứng đáng vừa là người giáo dân tốt, đồng thời là công dân tốt trong lòng giáo hội và xã hội. Tấm lòng yêu thương giúp đỡ người nghèo của Thịnh như một dòng máu chảy trong anh. Khi trở thành một doanh nhân anh càng có điều kiện mở rộng phạm vị hoạt động bác ái, không chỉ ở Đồng Nai, mà còn ở nhiều nơi như TP.HCM, Lâm Đồng, Bình Dương, và một số tỉnh phía Bắc. Lĩnh vực hoạt động cũng đa dạng từ hoạt động bác ái từ thiện trong giáo dục, y tế, giúp đỡ người nghèo đến việc dạy nghề, hướng nghiệp cho các bạn trẻ. Lê Đức Thịnh có một đội ngũ nhân viên phần lớn là người nghèo được tạo công ăn việc làm, trả lương cao. Anh dành hẳn một nhà xưởng cho người nghèo vào làm việc để họ có thu nhập ổn định nuôi sống bản thân, gia đình và dành khoản lãi kinh doanh ở đây vào quỹ giúp đỡ những người nghèo đặc biệt khó khăn.

Ngoài công việc bác ái từ thiện, Thịnh cũng rất có duyên với công tác hòa giải những bất đồng, hiểu lầm trong giáo dân hay giữa giáo dân với chính quyền địa phương. Những vụ việc như vậy, anh thường đi gặp gỡ, giải thích thấu tình, đạt lý để cả đôi bên gặp nhau trong ý tưởng và hành động, để cùng nhau giải quyết bằng đối thoại, bằng hòa giải, giúp gìn giữ tình làng, nghĩa xóm. Từ việc làm đó đã dần dần tác động đến nhận thức của cả chính quyền địa phương, tổ chức giáo hội và cả người giáo dân về cách ứng xử với nhau trong việc giải quyết các vụ việc liên quan đến tôn giáo và cả trong quan hệ đạo-đời.

Những cống hiến của anh không những đã mang lại hiệu quả thiết thực trong công việc bác ái xã hội. Mà còn nâng cao thêm nhận thức và trách nhiệm của người Công Giáo trong sự nghiệp xây dựng và bảo vệ tổ quốc, góp phần thực hiện đường hướng mục vụ của Thư Chung 1980 của Hội đồng Giám Mục Việt Nam "Sống Phúc âm trong lòng dân tộc"./-

TT

(Báo An Ninh Thế Giới – số tháng 2/2011)

THẦM LẶNG GIÚP ĐỜI

Thu Hằng

Với những đóng góp âm thầm cho giáo hội và xã hội, năm 2007 ông Lê Đức Thịnh là người châu Á đầu tiên được Giáo Hoàng phong tặng danh hiệu Hiệp sĩ Đại Thánh Giá.

Ông Thịnh nói.

"Niềm hạnh phúc nhất không phải ngày tôi được phong tước mà là ngày tôi được hiện diện tại Tòa Thánh. Trên thềm Tòa thánh, cách Giáo Hoàng khoảng 3 mét, phía đàng sau có nhiều người nước ngoài thi nhau chụp ảnh gia đình chúng tôi. Lúc đó tôi chỉ nghĩ về đất nước mình, niềm tự hào dân tộc trong tôi trỗi dậy. Tôi làm tất cả để mong muốn Việt Nam nở mày nở mặt với thế giới."

"Yêu dân tộc nên tôi nỗ lực hết mình, không nhằm được tôn vinh và để được tôn vinh, mà để cho con cháu đời sau của chúng ta"

Đó là chia sẻ của ông Lê Đức Thịnh, người châu Á đầu tiên được Giáo Hoàng phong Hiệp sĩ Đại Thánh Giá và là một gương mặt tiêu biểu tại Đại hội Thi đua Yêu nước lần thứ 9 vừa qua.

Vượt khó, đầu tư cho tương lai

Sinh ra trong một gia đình nông dân có tới 10 người con tại huyện Thống Nhất (Đồng Nai), vì quá nghèo nên Lê Đức Thịnh (tên thánh là JB) sớm từ bỏ giấc mơ làm thầy giáo, lên Sài Gòn làm thuê. Để có tiền nuôi các em ăn học, Thịnh đã trải qua rất nhiều nghề, từ may mặc, buôn bán xăng dầu, khai thác gỗ, đến chế biến cà phê. Nhờ chăm chỉ, chịu khó học hỏi, dần dần ông tạo dựng được cơ sở kinh doanh, chế biến, xuất khẩu cà phê.

Là người có tấm lòng bác ái, kinh doanh dư dả được đồng nào, ông lại đem tiền đi giúp đỡ đồng bào dân tộc thiểu số, tạo công ăn việc làm cho thanh niên nghèo, lo cho trẻ em nghèo được đến trường. Trung bình mỗi năm, ông tổ chức hơn 20 chuyến đến các vùng quê nghèo trong cả nước. Số tiền ông quyên góp và vận động bà con giáo dân lên tới hàng chục tỷ đồng để xây nhà tình thương, mổ mắt, mổ tim, chăm sóc người già neo đơn, tàn tật, đặc biệt là công tác khuyến học:

"Tôi muốn chăm lo cho người nghèo, nhất là đồng bào dân tộc thiểu số còn rất nhiều khó khăn. Giúp họ thoát nghèo không chỉ mang "con cá hay cái cần câu" là xong, tôi đầu tư giúp cho các em nhỏ học hành, đầu tư cho tương lai, sau này lớn lên chính các em sẽ là những người xây dựng quê hương, biết làm ăn giỏi, làm giàu", ông Thịnh

bộc bạch và cho biết còn nhận 30 đứa con nuôi, đến nay đều học hành trở thành những người đạo đức, thánh thiện.

Chọn "mối phúc thứ 7"

Ngoài giúp đỡ những người có hoàn cảnh khó khăn, là một tín đồ Công giáo, ông Thịnh luôn nỗ lực góp phần vào việc xây dựng mối tương quan để đạo-đời ngày càng trở nên tốt đẹp. Ông tích cực đứng ra vận động đồng bào Công giáo xây dựng đời sống văn hóa, sống Phúc âm giữa lòng dân tộc, sống tốt đạo đẹp đời. Bên cạnh đó, ông dũng cảm đứng lên tranh đấu chống lại mọi biểu hiện , hành vi lợi dụng tôn giáo để chống phá, làm phương hại đến chính sách đại đoàn kết dân tộc, làm cầu nối giữa chính quyền và giáo hội trong giải quyết các vụ việc liên quan đến tôn giáo.

Dù công việc đang làm gặp không ít khó khăn, thậm chí là hiểu lầm, nhưng nhiều năm qua ông Thịnh vẫn nỗ lực đi khắp mọi miền tổ quốc, vận động, thuyết phục, tạo ra những cuộc gặp gỡ góp phần giúp giáo dân Việt Nam ngày càng gắn bó đồng hành cùng dân tộc. Ông bày tỏ:

"Đất nước chúng ta đã trải qua hàng thế kỷ bị chiến tranh tàn khốc, bị chia rẽ về lãnh thổ. Tôi yêu dân tộc Việt Nam, tôi đã chọn mối phúc thứ 7 trong "Tám mối phúc thật" trong Bài giảng Trên Núi của Chúa Giê Su, đó là: "Phúc cho ai xây dựng hòa bình, vì họ sẽ được gọi là con Thiên Chúa". Yêu dân tộc, nên tôi nỗ lực hết mình, không nhằm được tôn vinh và để được tôn vinh, mà để cho con cháu đời sau của chúng ta."

Song hành với công việc bác ái, nhiều năm qua Hiệp sĩ Lê Đức Thịnh âm thầm đóng góp cho Giáo hội Công giáo Việt

Nam trong việc kết nối ngoại giao với Tòa thánh Vatican. Ông chia sẻ: *"Tôi đã đến Roma nhiều lần, Tòa thánh ở quá xa cũng không hiểu hết được đường lối của Việt Nam. Có những điều tốt, Tòa thánh cũng không nắm được. Tôi chỉ mang sự thật. Tôi nỗ lực trình bày bằng cả bằng chứng, những chứng cớ hiển nhiên. Bằng cách tối đa vận động cho quan hệ ngoại giao, tôi mang thông điệp những điểm tốt đến với Tòa thánh. Tôi rất muốn Việt Nam quan hệ ngoại giao với Tòa thánh."*

Hành trình của Hiệp sĩ vẫn chưa dừng lại. Những ngày này, khắp nơi hân hoan chào đón ngày Thiên Chúa Giáng sinh, ông Thịnh đi về như con thoi hết TP.HCM, Hà Nội, Đồng Nai, lại đến Kontum chăm lo cho đồng bào Công giáo:

"Việt Nam là đất nước đa tôn giáo, tín ngưỡng, với khoảng 24 triệu tín đồ các tôn giáo chính là nguồn "của cải" dồi dào và là một phần sức mạnh của dân tộc Việt Nam. Tôi tin tưởng đảng, nhà nước Việt Nam sẽ luôn có chủ trương, chính sách đúng đắn, hợp lòng dân để khai thác nguồn lực từ các tôn giáo một cách hiệu quả và bền vững. Để các tôn giáo luôn chủ động, tự hào trong việc đóng góp công sức để xây dựng và phát triển đất nước", ông Thịnh tâm sự./-

TH

(Báo Thanh Niên,
số 358 (7306) ngày 24/12/2015)

MỘT CON NGƯỜI KIẾN TẠO HÒA GIẢI

Phạm Hùng Nghị

Không là Giám Mục, Linh mục hay bất kỳ chức sắc nào trong giáo hội Công giáo Việt Nam; nhưng trong suốt nhiều năm qua, thể hiện rõ rệt nhất là từ hơn 10 năm gần đây nhất, Ông đã có những hoạt động tích cực để mang lại sự hòa giải giữa giáo hội và nhà đương quyền Việt Nam.

Tại nhiều tỉnh, thành phố những hoạt động của Ông đã mang lại những thành quả mà không phải ai cũng biết, cũng nhận ra được. Các thành quả này có ý nghĩa lớn và quan trọng đã góp phần vào sự nghiệp loan báo Tin Mừng, phục hồi, phát triển nhiều công trình, cơ sở của giáo hội và các hoạt động sống đạo của tín hữu.

Sống và Hiệp Hành với Mẹ Giáo hội

Có thể ghi nhận ở đây, một vài việc, mà các nhân chứng, đặc biệt là các đấng bản quyền giáo hội, nhà chức trách các địa phương vẫn còn đó – Ví như việc tiếp nhận lại 20/25ha diện tích Thánh địa La Vang (Quảng Trị); việc thành lập giáo phận Bà Rịa (tách ra khỏi giáo phận Xuân Lộc); thiết lập Đại chủng viện Thánh Giuse Xuân Lộc (không còn là cơ sở 2 thuộc Đại chủng viện Thánh Giuse Saigon); việc giữ lại được Tu viện Mến Thánh Giá và nhà thờ giáo xứ Thủ Thiêm TP.HCM; việc cử hành thường xuyên các thánh lễ đêm với hàng chục nghìn giáo dân tham dự tại Trung tâm hành hương Đức Mẹ Tà Pao, giữa vùng núi rừng hoang vu Tánh Linh (Bình Thuận); việc vận động xin phép cho hàng chục Linh mục thuộc các giáo phận du học và trở về phục vụ mà nay đang đảm nhận nhiều vị trí, vai trò quan trọng trong giáo hội; việc dòng nữ Ảnh Phép Lạ (Kontum) được hồi phục, thu nhận ngày một đông các thiếu nữ đồng bào thiểu số.

Quan trọng và đáng nói hơn nữa, Ông chính là một nhịp cầu để Nhà nước Việt Nam và Tòa thánh Vatican từng bước tiến tới tái lập quan hệ ngoại giao chính thức!

Những công việc này, thành quả hay thất bại thế nào, nếu có thể sẽ là những chương trong bộ "Ngoại truyện Giáo sử Việt Nam thời hiện đại".

Ông được Tòa Thánh, cách riêng là Đức Giáo Hoàng, từ Đức Benedicto 16 tới Đức Francico đã luôn dành cho Ông và gia đình những đặc ân.

Cụ thể nhất là từ ngày 12/6/2007 (nay vừa tròn 16 năm), Đức Benedicto 16 đã sắc phong tước phẩm Hiệp sĩ Đại Thánh Giá và Nữ Hiệp sĩ Đại Thánh Giá cho Ông và Bà, tên tuổi của Ông Bà được ghi trong niên giám các chức vị của giáo hội toàn cầu năm 2007 (ACTA APOSTOLICAE SEDIS). Đây là tước phẩm đầu tiên được ban cho người Châu Á nói chung và Việt Nam nói riêng, và Ông chính là người thứ. 13 được ban sau 176 năm kể từ 1831 khi Đức Giáo Hoàng Gregorio Cả thiết lập tước phẩm Hiệp sĩ này.

Trong Sắc phong, Đức Benedicto 16 viết cụ thể:

"Gởi Hiền tử J,B Lê Đức Thịnh,

Cha biết con có nhiều công lao đối với Giáo hội. Để chính thức biểu lộ bằng chứng cụ thể lòng ưu ái của Cha đối với con, Cha sẵn lòng chấp nhận lời thỉnh cầu để tuyển chọn, thiết đặt và công bố con là Hiệp Sĩ Đại Thánh Giá của Hiệp hội Thánh Greogio Cả thuộc bậc giáo dân. Cha cũng ban cho con quyền được mang huy hiệu loại lớn nhất bằng bạc gắn trên ngực trái và được hưởng mọi đặc ân đi kèm quyết định này."

Những đặc ân đó là được mang phẩm phục theo quy định của Tòa Thánh, gươm hiệp sĩ và đeo nhẫn Hiệp Sĩ; được phép tiếp kiến trực tiếp Đức Giáo Hoàng.

Ông, Bà đã chính thức đón nhận tước phẩm này ngày 05/11/2007 trong một thánh lễ đại triều, được các Giám mục Chủ tịch HĐGM Việt Nam, Chủ tịch Ủy ban Giáo Lý Đức Tin và Giám Mục Xuân Lộc cử hành với trên 200 LM đồng tế.

Từ đó tới nay, Ông Bà và các con đã rất nhiều dịp tới Vatican thăm, làm việc với giáo triều, được tiếp kiến riêng Đức Giáo Hoàng. Dịp tang lễ Đức Benedicto 16 gần đây, cả gia đình Ông Bà đã được sắp xếp vào quỳ gối cầu nguyện gần sát nơi đặt thi hài Ngài.

Ông còn được Tòa thánh tín nhiệm trao cho gìn giữ, bảo quản một số di sản của Đức Cố Hồng Y Nguyễn Văn Thuận, như chiếc áo dòng trắng viền đỏ, chén thánh Ngài sử dụng khi phục vụ tại giáo triều, cây Thánh Giá và sợi dây đeo cổ của Ngài.

Đặc biệt vinh dự là cuối năm 2019, Nhân dịp lễ thành hôn của ái nữ, Ông Bà đã được đón tiếp vị Đại diện Đức Francico là Đức Hồng Y Peter Turkson, Bộ trưởng Thánh Bộ Phát triển Nhân bản Toàn diện, sang Việt Nam chủ sự thánh lễ hôn phối cho con, cùng với sự đồng tế của hơn 100 Linh mục trong và ngoài giáo phận Xuân Lộc.

Gắn bó với Mẹ quê hương

Ông và gia đình hiện nay sinh sống, cư ngụ tại Quận 7, Saigon. Thế mà trong mỗi dịp đáng trân trọng, ghi nhớ trong đời, Ông vẫn trọn vẹn tâm tình hướng về giáo xứ Phúc Nhạc (hiện thuộc huyện Thống Nhất, tỉnh Đồng Nai). Ông Bà không chỉ trở về đây mỗi dịp giỗ, tết mà còn chọn nơi đây để đánh dấu những biến cố trọng đại trong đời, như tổ chức lễ đón nhận tước phẩm Hiệp sĩ Đại Thánh Giá, cử hành lễ Hôn phối cho con gái.

Phúc Nhạc là một giáo xứ từng được thành lập hơn 220 năm trước, thuộc giáo phận Phát Diệm; được chuyển vào miền Nam từ năm 1954. Giáo xứ này là nơi phát tích của nhiều Giám Mục (có cả Đức Tổng giám mục Giuse Nguyễn Năng của Tổng Giáo phận Saigon), Linh mục, tu sĩ nam nữ, cũng là nôi của Thánh nữ Anne Lê Thị Thành – vị nữ tử đạo duy nhất của giáo hội Việt Nam.

Phúc Nhạc cũng là nơi Ông chào đời, sống với bố mẹ cả thời niên thiếu, trải qua những năm tháng lớn lên , trưởng thành trong đức tin, và cả những năm tháng khó khăn chật vật mưu sinh. Nhất là giai đoạn sau chiến tranh, hòa bình lập lại, kinh tế chung cả nước sa sút, Phúc Nhạc và nói chung các vùng xứ đạo, đặc biệt các xứ đạo di cư ít nhiều bị gây khó khăn trong kinh tế và sinh hoạt thường ngày, Ông đã cùng gia đình xắn tay áo lên làm mọi việc kiếm sống. Rồi bố mẹ Ông qua đời, tại Phúc Nhạc này chỉ còn anh chị em và thân nhân họ hàng.

Vào đời với văn bằng tốt nghiệp trung học sư phạm, lương giáo viên không thể đủ sống, dù phải rất chắt chiu tằn tiện. Ông đã làm thêm nhiều việc, từ trồng rau cần nước đến khai thác tận thu củi gỗ từ lòng hồ lúc nhà nước xây dựng thủy điện Trị An; rồi bươn chải giữa lòng thành phố kiếm sống bằng những thứ "nghề hiện đại": mua sách báo cũ, giấy vụn. Ở thành phố, ông có dịp gặp gỡ, thân biết và cộng tác sinh nhai với nhiều người, thấy Ông hiền lành, tốt bụng và có chí hướng, nên cũng đã có những lời mời mọc, giúp đỡ Ông vượt biên. Cuối cùng, Ông đã chọn lựa cho mình thái độ sống tại quê hương dẫu cho lúc ấy còn rất khó thương, còn lắm nhiễu nhương, sống đồng lao cộng khổ với mọi người trên chính quê hương mà Chúa đã định cho mỗi người, từng người.

Cùng ở lại, sống với cộng đoàn tín hữu quê nhà, sống giữa không ít những nghi kỵ, tỵ hiềm, khích bác, gây khó khăn cho giáo hội ở nơi này nơi khác của những người anh em không tôn giáo hay khác tôn giáo, Ông đã dần nhận ra một trong những nguyên nhân là ngoài vấn đề ý thức hệ rất khác biệt giữa tôn giáo nói chung, công giáo nói riêng và vô thần cộng sản; còn có yếu tố lịch sử trong quá khứ, và thái độ hiện thời là mặc cảm dẫn đến co cụm, thủ thế, tự tách mình ra khỏi xã hội đang có những đổi thay, chỉ nhìn thấy những mặt tiêu cực mà không dám thừa nhận những tích cực. Các lời kêu gọi của lãnh đạo giáo hội như: Sống Đức tin giữa lòng dân tộc; chung tay góp phần xây dựng đất nước... chỉ được hờ hững đón nhận cùng với cách nhìn thiếu tin tưởng, thậm chí sai lệch, xuyên tạc ý ngay lành của các khuyến cáo.

Thực tế, cho tới hôm nay sau gần 50 năm, thực trạng này vẫn chưa hoàn toàn được giải quyết, nhưng cũng phải thừa nhận đã có những bước tiến khá dài, đầy hứa hẹn trong một tương lai gần.

Kiên trì những gặp gỡ, đối thoại để hiểu biết và tôn trọng

Mối quan hệ giữa Nhà nước và giáo hội Công giáo Việt Nam hiện đã có nhiều tiến triển tích cực rất đáng ghi nhận. Như lãnh đạo tỉnh và các ngành hữu quan tại Kontum thừa nhận: *"Trước đây chính quyền và giáo hội như một cộng một bằng zero, còn ngày nay một cộng một đã gần bằng hai, vì vẫn còn đôi chút lấn cấn ở buôn này, bản nọ. Chúng tôi đã hiểu biết nhau, tôn trọng nhau nhiều hơn. Tất cả vì lợi ích chung cho anh em đồng bào!"*

Ở nhiều nơi khác, từ trung ương tới các tỉnh, thành phố khác cũng có những nhận định tích cực tương tự.

Hầu hết các địa phương đều thừa nhận vai trò của Ông, người được Tòa Thánh ban tước phẩm Hiệp sĩ Đại Thánh Giá, trong vai trò cầu nối, chất xúc tác, người xây dựng!

Khởi đầu, Ông cũng gặp rất nhiều nghi vấn từ phía chính quyền từ địa phương tới trung ương, khi được biết Tòa Thánh ban tước phẩm Hiệp sĩ Đại Thánh Giá cho Ông. Bởi điều này chưa từng có tiền lệ tại Việt Nam, việc phong chức Giám Mục hay danh vị Hồng Y đã trở nên khá phổ biến trước đó, nên nhà nước đã biết rõ các điều kiện và dễ dàng chấp nhận đề nghị từ phía giáo hội. Còn với trường hợp này của Ông, Bà phải mất gần nửa năm, sau bao nhiêu cuộc điều tra mọi phía, cả lý lịch và quá trình hoạt động, do cấp bộ, ngành trung ương thực hiện, Ông Bà mới được chính thức đón nhận tước phẩm của Tòa thánh ân ban, trong một thánh lễ rất trang trọng với sự hiện diện của rất đông lãnh đạo chính quyền các cấp.

Ông thừa nhận rằng, chính qua những nghi vấn, trở ngại và các điều tra xác minh ban đầu ấy, đã mở ra cho nhiều người nhận biết hơn, có cái nhìn cởi mở hơn, tin cậy hơn về giáo hội, về những việc Tòa thánh làm, về các chức sắc phẩm trật và đồng bào công giáo; còn đối với Ông từ đó có thêm nhiều anh em bạn bè, sẵn lòng chung tay chung sức với Ông trong các hoạt động với lòng tin tưởng và thực sự hiểu biết tôn trọng nhau.

Ông dễ dàng tìm tới, gõ cửa nhà các lãnh đạo chính quyền các cấp để thăm hỏi, trao đổi và kiến nghị những nhu cầu chính đáng, tháo gỡ những khó khăn đây đó cho giáo hội. Nhà Ông Bà đang sinh sống cũng là nơi tiếp đón nhiều vị khách cao cấp tới để chung vui trước các sự kiện lớn của giáo hội, hoặc để nghe ý kiến của Ông trước các quyết định có liên quan, ảnh hưởng tới cộng đồng giáo dân.

Thực sự, nếu không có những gặp gỡ riêng tư, những cuộc trao đổi cùng với các vị lãnh đạo cao cấp thì chắc khó giải quyết xong các vấn đề lớn cho giáo hội. Ông nhớ, cuộc gặp gỡ thân tình với ông Nguyễn Thiện Nhân, Ủy viên Bộ Chính trị, Bí thư thành phố HCM đã đưa đến kết quả tốt đẹp cho Nhà thờ và Dòng Mến Thánh Giá Thủ Thiêm. Việc Ông và ông Nguyễn Thiện Nhân lúc là Chủ tịch Mặt trận Tổ quốc VN, cùng đến thăm các cơ sở nuôi dạy trẻ em đồng bào dân tộc thiểu số và nhà dòng, đã mở đầu cho tiến trình phục hoạt, phát triển hiện nay của hội Dòng Ảnh Phép Lạ (Kontum).

Đâu là nghệ thuật đối thoại hay phải nhân nhượng những gì?

"Người với ta tuy hai mà một; Ta với người tuy một mà hai" – Đây chính là cơ sở của những gặp gỡ, giao lưu, đối thoại. Ông thừa nhận, khi đến với người anh em khác giữa lúc còn những nghi kỵ, dò xét lẫn nhau, thì không có gì bằng sự chân thật, lòng tôn trọng nhau. Sẽ không có nghệ thuật, thủ thuật ngoại giao nào mang lại kết quả. Cũng không thể đối thoại với nhau kiểu mặc cả "ông mất cái giò, bà thò chai rượu". Có chăng là những món quà nhỏ thể hiện sự quý mến, quan tâm tới nhau.

Đã trải qua bao nhiêu cuộc gặp gỡ, trao đổi, đàm phán để cuối cùng nhận được những thành quả tốt đẹp, lớn lao. Tất nhiên phải có các chi phí đi lại, nếu kiểm đếm lại những ghi nhận trong suốt gần 20 năm qua không phải là nhỏ, nhưng tất cả do chính Ông, Bà sử dụng từ tài sản riêng của mình. Cũng thuận lợi là Ông Bà đã có các cơ sở sản xuất kinh doanh mang lại lợi nhuận, mà được biết có tới khoảng trên 40% được dùng cho công việc "hàng tổng"!

Có không ít người thắc mắc rằng trong quá trình gặp gỡ, đối thoại với chính quyền, giáo hội đã phải nhân nhượng những gì? Theo Ông, thực tế giáo hội chưa hề nhân nhượng điều gì mang tính chất bất lợi cho mình; mà chỉ có sự tương nhượng, sao cho các bên đều thắng, tất cả đều win-win.

Một trường hợp cụ thể là đất đai thuộc Thánh địa Lavang, phần diện tích gần 25,3ha, trong chiến tranh hầu hết các cơ sở giáo hội tại đây bị tàn phá, đa phần trở nên hoang hóa và có tới gần 19 ha bị dân cư xâm chiếm. Sau gặp gỡ, trao đổi, chính quyền tỉnh Quảng Trị chấp nhận thu hồi lại đất bị dân xâm chiếm và trao lại 20ha. Thế là một số người lên tiếng chỉ trích cho rằng giáo hội đã phải nhượng bộ, chịu thiệt hại. Họ không biết rằng, trong mọi đàm phán đạo hay đời, đều cần sự tương nhượng, nhất là trong bối cảnh đặc biệt của đất nước những năm đầu 2000. Phần còn lại hơn 5ha trồng rừng và giáo hội được sử dụng mỗi khi cần thiết. Ngoài ra, sau đó Quảng Trị còn cho xây dựng hai con đường dẫn vào Thánh Địa bằng nguồn vốn ngân sách. Rõ ràng, giáo hội đâu có thiệt thòi gì!

Tất nhiên cũng có trường hợp đối thoại mà không mang lại kết quả như mong muốn. Đó là vụ 42 Nhà Chung (Hanoi) xảy ra vào đầu năm 2013. Hậu quả mà giáo hội đã phải gánh chịu, hẳn nhiều người đã biết. Ông nhắc lại chuyện cũ mà vẫn bùi ngùi vì còn có những điều chưa thể thống nhất sớm ngay được với nhau.

Ông thực sự là ai?

Thiết nghĩ, nếu quả thật Ông là người như thế, giáo hội đã không trao ban cho Ông, Bà tước phẩm danh dự và những ưu ái. Đảng cộng sản cũng đâu dễ dàng kết nạp Ông, một người có bố từng chỉ huy một lực lượng nghĩa quân lên tới cả trăm người trước 1975, có nhiều thân tộc họ hàng tham gia chính quyền, quân đội Saigon cũ.

Còn sâu thẳm nhất trong trái tim Ông thuộc về ai thì chỉ có Chúa là đấng nhìn thấu, biết rõ mọi sự. Nhưng với dấu chỉ là *"cuộc sống yêu thương, nhân hậu, khiêm tốn."* cũng đủ xác tín Ông là người của Chúa, được Chúa sử dụng để thực thi ý định quan phòng của Ngài trên giáo hội Việt Nam. Chúa sử dụng Ông để thực hiện những công việc mà thực tế không vị Hồng Y, Giám Mục, Bề Trên hội dòng, hay Linh mục tu sĩ nào có thể đảm đương. Vì thế, đã có vị giới chức Tòa Thánh nhận định rằng: *Tòa Thánh có thể dễ dàng tìm và phong chức cho hàng chục Giám Mục, nhưng tìm ra được một người như Ông thì rất khó!*

Ông không chỉ là người đi trước, một "tiền hô" để dọn đường cho bình an và hòa bình. Ông đã không chỉ vun đắp cho tình yêu thương, hòa hợp để giáo hội có thể "hiệp hành" với tất cả những người thiện chí; mà còn không ngớt thể hiện tình bác ái đối với những thân phận khó nghèo, nhất là tại các vùng sâu, xa, kém phát triển. Chính Ông, chứ không phải ai khác đã vận động được cấp hơn 15.000 liều vaccine ngừa covid để chích ngừa đủ 2 mũi cho hầu hết các LM, tu sĩ tại nhiều giáo xứ, giáo phận, dòng tu, chia sẻ với một số tu sĩ thuộc các tôn giáo bạn./-

PHN

Hình Ảnh Phụ Lục I

VÀI DẤU MỐC LỊCH SỬ

Với phái đoàn Tòa Thánh do Đức Ông Peter Pietro - Thứ Trưởng Bộ Ngoại Giao - dẫn đầu. Hình tại nhà khách chính phủ ngày 27-2-2009)

Những Đối Thoại & Gặp gỡ ban đầu giữa các cộng đoàn Công Giáo và Chính quyền các cấp, có sự dàn xếp chu đáo của Ông JB Lê Đức Thịnh, đã trở nên Men làm dậy những cảm thông và dần trở thành những nhịp cầu kết nối Đạo-Đời; cũng từ đó Tước phẩm Hiệp sĩ Đại Thánh Giá đã được Tòa thánh ân ban cho Ông và vợ là Anna Nguyễn Thị Kim Yến. Đây không chỉ là vinh dự riêng cho hai người, mà còn cho cả Giáo hội Công giáo Việt Nam.

Khởi đi từ cuộc đến thăm đầy bất ngờ của Ông Huỳnh Tấn Phát, Phó Chủ tịch Hội đồng Nhà nước- tới cơ sở sản xuất của Dòng Phú Quý (Phú Nhuận). Tiếp theo là cuộc đón tiếp trọng thị của giáo dân, giáo phẩm giáo phận Xuân Lộc dành cho ông Phạm Thế Duyệt, Chủ tịch Mặt trận Tổ quốc Việt Nam, được đánh giá là "vô tiền khoáng hậu", tại một vùng giáo dân toàn tòng dành cho một quan chức Cộng sản... Hai bên Đạo-Đời đã có thêm những tin tưởng và cùng hy vọng về tương lai gắn kết xây dựng, phát triển đất nước sau nhiều năm nghi kỵ, hững hờ đối với nhau.

Giáo hội Việt Nam đã có thêm cơ hội để đệ đạt những nguyện vọng chính đáng, và được chính quyền tháo gỡ giải quyết thông qua vai trò cầu nối của HSĐTG. Đáng ghi nhận nhất là chuyện liên quan tới các cơ sở vật chất của Giáo hội như tại Trung tâm Hành hương Đức Mẹ La Vang, Thành lập Đại Chủng Viện Xuân Lộc, Tòa Giám Mục Bà Rịa…

Những hình ảnh ít oi còn lưu giữ được, ghi lại trong vài dấu mốc lịch sử, như các hình ở các trang sau.

Cây viết lịch sử được dùng để ký Biên bản Thỏa thuận Tòa thánh cử Đặc phái viên không thường trú Đại diện Đức Giáo Hoàng tại Việt Nam - Ký tháng 10/2010 tại Roma giữa Nhóm Công tác Hỗn hợp Việt Nam-Vatican

Ô. Huỳnh Tấn Phát, Phó Chủ Tịch Hội Đồng Nhà Nước, thăm HTX của Dòng Phú Quý, Phú Nhuận, năm 1986, do ông Lê Đức Thịnh làm Chủ Nhiệm, đang trao đổi thân tình với các vị tu sĩ trong Dòng.

Cuộc đón tiếp ông Phạm Thế Duyệt, Chủ Tịch Mặt Trận Tổ Quốc Việt Nam, của Cộng đoàn Giáo xứ Phúc Nhạc, Giáo phận Đồng Nai, ngày 30 tháng 4, 2005, được đánh giá là "Vô tiền khoáng hậu"

Ông Phạm Thế Duyệt được Giáo dân Giáo xứ Phúc Nhạc chào đón nồng nhiệt.

Ông Phạm Thế Duyệt được các thiếu nhi Công Giáo Phúc Nhạc chào đón tặng hoa.

Đại diện Giáo dân trao tặng quà kỷ niệm cho ông Phạm Thế Duyệt.

Linh Mục Chánh Xứ, Hội đồng Mục vụ, và Ban thiếu nhi Phúc Nhạc đón ông Phạm Thế Duyệt.

Đức Cha Phaolô Nguyễn Văn Hòa - Chủ tịch Hội đồng Giám mục VN, Giám mục Nha Trang - trao đổi việc tháo gỡ các khó khăn của giáo hội với chính quyền (tháng 12/2004)

Với Đức Ông Parolin - Thứ Trưởng Ngoại Giao Tòa Thánh Vatican - (đứng cạnh HSĐTG) mở đầu các cuộc đối thoại với nhà nước CHXHCN-VN.

Làm việc với đoàn Tòa Thánh Vatican sang đàm phán với chính phủ Việt Nam.

Ngày đặt viên đá đầu tiên xây dựng nhà thờ Giáo họ An Tôn tại Krông-Nô, Đắc Nông, năm 2014, đánh dấu kết thúc giai đoạn "vùng trắng tôn giáo" ở địa phương này. Hiện nay đã có thêm 6 nhà thờ mới.

Đức Cha Giuse Nguyễn Văn Bản, Giám mục Ban Mê Thuột, với chính quyền Krông-Nô trong lễ đặt viên đá đầu tiên xây dựng nhà thờ Giáo họ An Tôn.

NGƯỜI ĐÃ SỐNG NÊN THÁNH GIỮA ĐỜI

Đức Cố Tổng Giám Mục Phaolo Bùi Văn Đọc với Hiệp Sĩ Đại Thánh Giá

Hoàng Yến

40 năm là người đồng hành bên Đức Tổng Giám Mục Tổng giáo phận TP.HCM Phaolo Bùi Văn Đọc, Hiệp sĩ Đại Thánh Giá Lê Đức Thịnh cho rằng, tình yêu thương của Đức Tổng như suối nguồn chưa khi nào vơi cạn. Người mang Phúc âm của Chúa bằng tình thương vào nghĩa vụ trần thế để đạo với đời trở nên hài hòa hơn. Người đã sống một đời nên Thánh nên khi ra đi cũng linh thánh. Mấy ai sống được một cuộc đời như vậy.

**

Tôi đã phải đợi rất lâu, tức là đúng một tuần sau tin Tổng Giám Mục Bùi Văn Đọc ra đi mới có thể liên hệ được với Hiệp sĩ Đại Thánh Giá Lê Đức Thịnh, nghe ông trải lòng về những gì đã có giữa ông với người đã về với Chúa.

Bởi có những điều không dễ nói ra và cũng bởi không biết nói gì trước, không biết nói gì sau, không biết đâu là kỷ niệm đáng nhớ nhất vì kỷ niệm nào cũng đẹp, tươi sáng, như mới hôm qua.

Đó là câu chuyện của 40 năm trước, kể từ ngày đầu tiên hai người gặp nhau ở Sài Gòn năm 1978, chàng trai Lê Đức Thịnh mới 17 tuổi, trên chiếc xe vespa cũ, Tổng Giám mục Bùi Văn Đọc khi đó còn là Linh mục, đã chở ông vi vu khắp chốn Sài Gòn.

"Nhưng làm sao kể hết được kỷ niệm của 40 năm", Hiệp sĩ Lê Đức Thịnh buồn bã nói. Khi nghe tin dữ từ Vatican, gia đình ông đã bật khóc tiếc thương. Cả tuần nay ông thức trắng. Mặc cho cơn bạo bệnh vẫn đang hành hạ mỗi khi trái gió trở trời, thì nỗi đau mất đi một vị Đức Cha đáng kính, một người bạn lớn thân thương như cắt từng khúc ruột, đau hơn mọi nỗi đau mà ông đang phải trải qua.

Ông vội lần tìm trong hàng trăm bức ảnh, bức nào hai cha con cũng tươi cười khi ở bên nhau, lúc thì trên chiếc xe vespa cũ, khi ở Sài Gòn, Đà Lạt, lúc lại Mỹ Tho, có lúc ngồi uống nước bên một quán cóc ven đường và chỉ mới đây thôi, là bữa cơm của hai người khi cùng nhau xem trận chung kết bóng đá U23 châu Á.

Hàng trăm bức ảnh chất chứa bao kỷ niệm. Mỗi kỷ niệm như một thước phim quay chậm, tất cả ào ạt chảy về trong nỗi nhớ, sự xót thương và cả những tiếng nấc nghẹn không kìm lại được nữa.

Nhưng có lẽ đối với ông, một trong những bức ảnh ghi dấu nhiều kỷ niệm nhất chính là lúc Đức Tổng Giám Mục Bùi Văn Đọc, khi ấy là một trong 3 vị Giám Mục trong thánh lễ đã thay mặt Tòa thánh Vatican trao thanh kiếm Hiệp sĩ khi ông được Giáo Hoàng Benedicto 16 phong tước phẩm Hiệp sĩ Đại Thánh Giá.

Thanh kiếm của Hiệp sĩ thể hiện cho tinh thần bảo vệ chân lý của Giáo hội, mà chân lý của giáo hội chính là tình yêu thương của Chúa. Thanh kiếm đó hiện giờ được treo trang trọng trong một căn phòng của gia đình ông, nhưng giờ đây mỗi lần ngắm nhìn thanh kiếm ấy, Hiệp sĩ Lê Đức Thịnh càng thêm thấm thía những thời khắc quan trọng của cuộc đời.

Như lúc là chàng trai 17 tuổi, háo hức ngồi sau xe của Cha (sau này là Đức Cha) Bùi Văn Đọc, ngao du, thăm thú mọi ngóc ngách Sài Gòn. Kể từ đó, bàn tay của Ngài như đích thân đưa ông đi khắp nơi trên mọi nẻo đường. Cũng từ đây, con đường chân lý rộng mở,

Đó là lúc đất nước mới thống nhất, sự nghi kỵ giữa đạo và đời rất lớn, nhưng Cha Bùi Văn Đọc, dù còn vô vàn khó khăn, cho dù có những đơn độc nhưng vẫn luôn giữ mình sự hài hòa và luôn có một niềm tin vào ngày mai tốt đẹp hơn.

Chính sự chân thành, mộc mạc, đơn sơ của Đức Tổng, từ khi là Linh mục tới khi là Giám mục, Tổng Giám mục, đã truyền cảm hứng cho con chiên đồng đạo như Hiệp sĩ Lê Đức Thịnh trên đường hướng phụng sự Thiên Chúa, phụng sự dân tộc với những lý tưởng cao đẹp. Rồi sau mấy mươi năm, chính tay Đức Cha Bùi Văn Đọc đã trao thanh kiếm Hiệp sĩ cho ông như một sự kỳ diệu của định mệnh.

Đâu đó viết: *"Sống trên đời, ai trong chúng ta cũng muốn yêu và được yêu, bởi tất cả chúng ta đã được yêu bằng một tình yêu cao cả"*. Tình yêu cao cả đó Hiệp sĩ Lê Đức Thịnh đã được chính Đức Tổng Phaolo Bùi Văn Đọc dành riêng cho mình trong suốt 40 năm qua.

Ngần ấy năm tháng, dù ở bất cứ nơi nào, bất cứ vai trò nào thì trong tâm thức của ông, với tình yêu thương tất thảy Đức Tổng luôn là người thao thức cho những khó khăn của người nghèo, khó khăn của đất nước và khó khăn của Giáo hội.

Mặc dù thao thức với những khó khăn ấy nhưng Đức Tổng luôn là người gợi mở sự bình an cho tất cả mọi người, luôn tìm cách mang bình an bằng tình yêu thương của đức tin Công giáo. Qua tình yêu thương ấy, Đức Tổng đã hóa giải nhiều bất đồng ngay cả trong giáo hội và ngoài xã hội.

Trong sự tiếc thương một con người luôn không cho mình điều gì mà chỉ cho người khác. Hiệp sĩ Lê Đức Thịnh khẳng định rằng, với sự uyên bác, mẫn tiệp, tinh thần chủ đạo của Đức Tổng Giám mục Bùi Văn Đọc là xây dựng một tình Hiệp Thông từ trong đạo ra xã hội cũng như các tôn giáo bạn. Đó là tình Hiệp Thông đầy tình yêu thương.

Chính vì vậy khi Đức Tổng ra đi, điều Ngài để lại lớn nhất trong tất cả mọi người đó là tình yêu thương mà chúng ta cần phải có giữa con người với con người, giữa Giáo hội với xã hội, giữa tôn giáo này với tôn giáo khác.

Hiệp sĩ Lê Đức Thịnh chưa hề thấy Đức Tổng trách cứ một ai. Dù người đó có sai phạm gì đi nữa thì vẫn bằng một tình yêu thương, sự chân tình, năng lượng hài hòa tự nhiên trong con người Ngài lan tỏa, uốn nắn, hòa giải mọi điều.

Bởi thế, tư tưởng của Đức Tổng Giám mục là tư tưởng của người mang Phúc âm của Chúa vào nghĩa vụ trần thế, tức là mang Phúc âm của Chúa bằng tình thương để cho đạo và đời trở nên hài hòa. Đó cũng chính là người luôn nêu cao vai trò trách nhiệm của mình đối với sự việc chung của đất nước, dân tộc. Chính niềm vui của đời phục vụ đã làm vơi đi gánh nặng đời mục tử của Ngài.

Với thâm tình đã có với Đức Tổng trong bấy nhiêu năm, ông luôn thấu cảm rằng, khát vọng lớn nhất của Ngài suốt cuộc đời này là làm sao để người dân hiểu được Giáo hội của Chúa là giáo hội tốt, để từ đó việc loan báo Tin Mừng sẽ lan tỏa hơn.

Cả một đời tận hiến cho Chúa và đã tận hiến đến giây phút cuối cùng bên bàn thờ Thập Giá, cho nên đời sống của Đức Tổng Bùi Văn Đọc là đời sống nên Thánh giữa đời, chính vì lẽ đó nên khi Ngài ra đi cũng là sự ra đi rất linh thánh khi mất ngay tại Đền Thánh Phaolo, tại Roma (Italia). Phaolo cũng là tên Thánh của Ngài.

Trong sự mất mát, Hiệp sĩ Lê Đức Thịnh bảo rằng, nỗi đau của ông cũng là nỗi đau của người Công giáo Việt Nam đã được an ủi bởi điều này, bởi mấy ai được như Đức Tổng Giám mục Phaolo Bùi Văn Đọc, khi mất đi được cả giáo triều Vatican dâng Thánh lễ cầu nguyện. Đây có lẽ cũng là hồng ân mà Thiên Chúa trao ban cho một con người mà cả đời dâng hiến cho Chúa.

Chuyến đi cuối cùng của Đức Tổng Phaolo, từ Italia về Việt Nam, trong tình yêu của Chúa, tình yêu của Giáo hội và đồng bào, cả 32 vị Giám mục của các giáo phận trên đất nước Việt Nam sẽ cùng đưa thi hài của Ngài trở về đất mẹ vào tối ngày 15/3.

Đất mẹ dang rộng vòng tay đón người trở về. Nhưng nỗi âu lo đã thường trực, ngay sau nỗi mất mát ấy không chỉ với Hiệp sĩ Đại Thánh Giá Lê Đức Thịnh, tới đây ai sẽ là người kế tục trách nhiệm này, ai sẽ lấp những khoảng trống của Ngài để lại. Vai trò của các Giám mục, Linh mục, của Hiệp sĩ Lê Đức Thịnh và những người kế tiếp càng trở nên gian khó hơn.

Bởi Đức Tổng chính là người thấu hiểu hành trình mà họ đang đi, hiểu sứ mệnh mà họ đang thực hiện.

Như lời bài thánh ca "Phó thác" vẫn du dương vang vọng đâu đây.

"Chúa ơi từ đây / Con sẽ mến yêu cuộc sống này / Mãi đến phút giây đời vĩnh viễn xa cách con / Chúa ơi dạy con, được biết kính tin yêu Chúa luôn / Và mến yêu tha nhân thật lòng, như Chúa thương con." ./-

HY

(báo Đại Đoàn Kết, số 73, ngày 14/3/2018)

DÌU NHAU CÙNG ĐI TRONG ĐỜI

Ngọc Lan

Đây là tâm niệm của Hiệp sĩ Đại Thánh Giá JB Lê Đức Thịnh, khi chia sẻ về chương trình tiêm vắc-xin ngừa Covid-19 cho các cơ sở tôn giáo, dòng tu. Khi Sài Gòn bùng phát dịch lần thứ 4, trong tư cách là Hiệp sĩ Đại Thánh Giá của Giáo hội Công giáo, ông đã đứng ra xin các cơ quan chức năng hỗ trợ vắc-xin để tiêm cho các Linh mục, tu sĩ nam nữ và tăng ni, Phật tử ở nhiều nơi.

Không để ai bị thiệt thòi

Nhắc đến Hiệp sĩ Đại Thánh Giá Lê Đức Thịnh, nhiều người không mấy ai xa lạ bởi những việc nghĩa ông đóng góp cho Giáo hội và xã hội. 15 năm sau ngày được phong tước, ông vẫn miệt mài "xây dựng hòa bình" qua việc thực thi bác ái không chỉ ở Sài Gòn nơi sinh sống mà trên khắp dải đất hình chữ S. Lúc dịch covid-19 bùng phát, khi hiệp sĩ cùng với một số cộng sự của mình đang tập trung hỗ trợ lương thực, thực phẩm cho những nơi khó khăn thì phát hiện nhiều dòng tu có ca nhiễm siêu vi, lập tức ông nhờ người quen hỏi thăm các dòng xem cần hỗ trợ gì. Vừa có thông tin xác thực là ông tìm cách hỗ trợ:

"Thời điểm đó, Dòng Thừa sai Bác ái Chúa Kitô có 189 người bị nhiễm, gồm 58 sơ và 131 em cô nhi cùng các thai phụ cơ nhỡ. Mọi người chưa được tiêm ngừa Covid-19. Tôi đã nhờ các bác sĩ, nhân viên y tế Bệnh viện Đa khoa Quốc tế Nam Sài Gòn đến nhà dòng và mái ấm thăm, làm xét nghiệm, hỗ trợ thuốc men cho những người bị nhiễm và tiêm vắc-xin cho các trường hợp đang cần. Tôi chạnh lòng nghĩ đến các cơ sở tôn giáo chưa được tiêm vắc-xin, mà nếu được đi tiêm thì cũng phải xếp hàng, tập trung đông người thì người già không đi được, nguy cơ lây nhiễm lại cao, nên mới nảy ra ý tưởng xin nhà nước hỗ trợ vắc-xin riêng cho các cơ sở tôn giáo."

Là chiếc cầu nối uy tín giữa giáo quyền và chính quyền, khi Hiệp sĩ Đại Thánh Giá ngỏ lời đề nghị hỗ trợ vắc-xin, liền được lãnh đạo các cấp tạo điều kiện thuận lợi, cấp khoảng 4.500 liều vắc-xin cho đợt 1 (tổ chức tiêm từ 10.9 - 29.10.2021), đợt 2 (tổ chức tiêm từ 6.11- 30.12.2021) và khoảng 5.000 liều vắc-xin cho đợt 3 (tổ chức tiêm từ 07.1.2022 sau Tết Nguyên đán). Các liều thuốc này được Hiệp sĩ Lê Đức Thịnh tiếp nhận và phân phối nhờ y tế tiêm cho khoảng 50 cơ sở tôn giáo, dòng tu ở TP.HCM, Bình Dương, Đà Lạt, Buôn Mê Thuột, Bà Rịa-Vũng Tàu, Bến Tre, Bình Thuận.

Không chỉ đứng ra lo liệu vắc-xin, ông Lê Đức Thịnh còn chu đáo sắp xếp nhân viên của Bệnh viện Đa khoa Quốc tế Nam Sài gòn đến tận các cơ sở tôn giáo tiêm cho các Linh mục, tu sĩ nam nữ, tăng ni Phật tử. Đến nay đã có gần 100 chuyến xe lăn bánh, phục vụ vô vị lợi, bất kể giờ giấc.

"Trong vai trò là cầu nối giữa đạo và đời, tôi luôn tâm niệm lời nói phải đi đôi với việc làm, sống tử tế với mọi người, không bao giờ để ai bị thiệt thòi mà cố gắng cùng tất cả đi qua khó khăn. Khi dịch bệnh xảy đến, nếu chúng ta đồng lòng góp sức trong khả năng và chức trách của mình thì những nguy khốn sẽ dần được hóa giải", ông Thịnh bày tỏ.

Sự hy sinh làm nên nghĩa tình

Khoảng giữa tháng 9.2021, dòng Thừa sai Bác ái Chúa Kitô chao đảo vì Covid-19, với 189 người bị nhiễm. Đang khi hoang mang, lo lắng, không biết phải làm sao thì nữ tu Maria Fx Hà Thị Thanh Tịnh – Tổng Phụ trách của dòng nhận được sự giúp đỡ của ông và lãnh đạo bệnh viện Đa khoa Quốc tế Nam Sài Gòn, Trong lá thư cảm ơn Hiệp sĩ Đại Thánh Giá, sơ Thanh Tịnh bày tỏ lòng cảm kích và tri ân:

"Chúng tôi đã được tạo mọi điều kiện tốt để chăm sóc sức khỏe, theo dõi, khám trực tiếp hàng tuần tại tu viện và mái ấm. Các nữ tu và những người bị nhiễm siêu vi được làm xét nghiệm PCR. Đội ngũ bác sĩ rất tận tâm, tận lực, hết lòng quan tâm và đã tới tận tu viện, mái ấm, tiêm ngừa Covid-19 cho mọi người bất kể giờ giấc. Bệnh viện đã tiếp nhân, cấp cứu, điều trị cho 8 nữ tu của nhà dòng."

Đức Cha Vinh Sơn Nguyễn Văn Bản – Giám mục giáo phận Ban Mê Thuột cũng gởi thư cám ơn tới Hiệp sĩ Lê Đức Thịnh vì đã đưa thuốc và nhân viên đến tận nơi tiêm cho các Linh mục, tu sĩ nam nữ và chủng sinh của giáo phận. Ngài trân trọng nghĩa cử cao đẹp của ông khi đã đứng ra xin thuốc và tổ chức cho các bác sĩ, nhân viên y tế từ TP.HCM lên tới tận TP Buôn Mê Thuột để tiêm chủng cho mọi người. Đức Cha nhận định đây là một minh chứng rõ ràng cho việc quan tâm và nỗ lực của các cơ quan hữu trách cũng như những người công tác trong ngành y tế. Đối với việc bảo vệ sức khỏe người dân và phòng chống dịch Covid-19.

Không chỉ hỗ trợ tiêm vắc-xin cho các Linh mục, tu sĩ Công giáo, Hiệp sĩ Đại Thánh Giá còn tổ chức 3 đợt tiêm cho các tăng ni Phật giáo tại Tịnh xá Ngọc Thạnh (Bà Rịa-Vũng Tàu), Tỳ kheo Thích Giác Phương- đại diện tịnh xá chia sẻ:

"Trong lúc TP.HCM đang bùng phát đợt dịch lần thứ 4, tình hình dịch bệnh tại các tỉnh lân cận cũng diễn biến phức tạp, nguồn vắc-xin lại có giới hạn, nhưng Hiệp sĩ Đại Thánh Giá vẫn tạo điều kiện cho các tăng ni được tiêm. Nghĩa cử cao đẹp này đã thực sự mang lại cho chúng tôi hy vọng, sự can đảm và niềm vui để tiếp tục phụng sự đạo pháp và dân tộc."

Trong tâm tình tri ân vì đã đón nhận những liều vắc-xin quý báu, hữu hiệu và kịp thời để chống chọi với siêu vi Corona, tất cả các dòng tu, tăng ni Phật tử cũng đã bày tỏ lòng biết ơn của mình qua những lá thư cám ơn chân thành đến các cấp chính quyền từ Trung ương đến địa phương.

Trải qua thời gian bạo bệnh, tuy thể chất và sức khỏe của Hiệp sĩ Đại Thánh Giá Lê Đức Thịnh có phần giảm sút nhưng ông vẫn hun đúc trong lòng ngọn lửa miệt mài phục vụ tha nhân.

Gặp gỡ Hiệp sĩ vào một ngày đầu năm mới, thấy trên bàn làm việc của ông ngổn ngang giấy tờ và danh sách các nơi cần tiêm vắc-xin. Tất cả các công việc từ liên lạc xin thuốc, đến lập danh sách, làm thủ tục, điều động bác sĩ... đều một tay ông lo liệu. Ông bảo, muốn mọi thứ phải bài bản, chính xác và tránh sai sót, đảm bảo vắc-xin được phân bố đúng số lượng và đúng đối tượng, bao nhiêu mũi vắc-xin được tiêm thì đều phải có danh sách, giấy tờ chứng nhận đầy đủ.

Xoay như con thoi giữa bao bộn bề công việc, không tránh khỏi những lúc ông Lê Đức Thịnh cảm thấy mệt mỏi, nhưng ông xác tín vẫn ***"vác Thánh Giá"*** cho đến hơi thở cuối cùng:

"May mắn đến giờ Chúa vẫn ban cho tôi có đủ ơn để làm được tất cả. Chính sự hy sinh làm nên nghĩa tình, với những gì mình đã cho đi, tôi chỉ mong nhận lại lời cầu nguyện của tất cả mọi người, như vậy là đủ rồi". Hiệp sĩ Đại Thánh Giá trải lòng.

NL

(Báo Công Giáo và Dân Tộc, số 2393 - Từ 28/1 đến 03/2/2022)

MỘT VÀI DẤU ẤN ĐẶC BIỆT*

Người Công Giáo Việt Nam

Kể từ khi được sắc phong tước Hiệp sĩ Đại Thánh Giá, với tấm huy chương mang hình Thánh Giá trên ngực, biểu tượng cho tình yêu thương và hợp nhất; thanh kiếm biểu tượng cho sự chiến đấu can trường, chiến đấu ở đây với ý nghĩa là sự dấn thân cho công lý và hòa bình, cho sự nghiệp đoàn kết dân tộc, để phục vụ con người, phục vụ Giáo hội theo gương Chúa Giê Su Kitô.

Chính vì thế trong những năm qua, Hiệp sĩ Đại Thánh Giá luôn phát huy vai trò và trách nhiệm của một Hiệp sĩ Đại Thánh Giá. Bất cứ nơi đâu, bất cứ giáo phận, giáo xứ nào gặp khó khăn hoặc bất đồng với chính quyền các cấp là ở đó có Hiệp sĩ Đại Thánh Giá. Và tất cả mọi chuyện trở nên thuận lợi, làm thay đổi nhận thức giữa chính quyền và giáo quyền về cách ứng xử với nhau trong mọi công việc. Cụ thể nhất là:

Báo NGƯỜI CÔNG GIÁO VIỆT NAM
• Một Vài Dấu Ấn Đặc Biệt

- Nhà Nước đã chấp thuận giao lại đất cho Trung tâm Hành hương Đức Mẹ La Vang (Quảng Trị) để xây dựng Trung tâm Hành hương Toàn Quốc;

- Trung tâm Thánh mẫu Tà Pao thuộc giáo phận Phan Thiết (Tỉnh Bình Thuận) được chính quyền công nhận và cấp đất;

- Tại huyện Krông Nô (tỉnh Dăk Nông - giáo phận Ban Mê Thuột) chính quyền đã cấp đất và cấp giấy phép xây dựng cho 13 giáo họ thuộc giáo xứ Quảng Đà;

- Chính quyền tỉnh Quảng Trị thi công khẩn trương chỉ trong vòng 3 tháng để hoàn thành trải thảm nhựa con đường dài 4 km từ quốc lộ 1 vào đến Trung tâm Hành hương Đức Mẹ La Vang, kịp thời cho kỳ Đại hội Hành hương năm 2014;

- Gần đây nhất là hòa giải thành công những vướng mắc giữa chính quyền địa phương với giáo xứ Đăk Jâk (giáo phận Kontum), từ đó đã quyết định thống nhất cấp cho giáo xứ 5.000 m^2 đất cao su để xây dựng nhà thờ, v.v.

Đặc biệt, Hiệp sĩ Đại Thánh Giá còn là cầu nối cho quan hệ ngoại giao giữa Việt Nam và Vatican ngày càng phát triển.

Không chỉ kết nối tinh thần đoàn kết giữa đạo đời, Hiệp sĩ Đại Thánh Giá còn luôn trăn trở với những khó khăn của mọi người. Đặc biệt, trong một chuyến công tác lên Kontum, được tận mắt chứng kiến những Nhà Vinh Sơn của các nữ tu dòng Ảnh Phép lạ, chuyên nuôi dạy các trẻ em người dân tộc thiểu số. Các chị đã phải vất vả lao động, thức khuya dậy sớm để lo từng miếng ăn cho các em.

Xúc động trước những việc làm đầy tình yêu thương của các nữ tu, Hiệp sĩ Đại Thánh Giá đã vận động nhiều chuyến hàng từ thiện của bà con vùng Xuân Lộc, Đồng Nai lên giúp cho các nữ tu bớt gánh nặng.

(...)

*Trích báo *Người Công Giáo Việt Nam,*
Số 25 (1469) ngày 21/6/2015
- Ban Biên Soạn đặt tựa.

Buổi đặt viên đá đầu tiên Trường Cao Đẳng Dạy Nghề Hòa Bình thuộc TGM Xuân Lộc.

TRÁI TIM
ĐẠI HIỆP SĨ

Hồ Quang

Nằm con con hẻm nhỏ ngoằn ngoèo trên đường Lê Đức Thọ, phường 16, quận Gò Vấp, TP.HCM là căn nhà nơi hai vợ chồng anh Lê Đức Thịnh cùng đứa con gái duy nhất đang sinh sống. Anh Thịnh sinh ra trong một gia đình giáo dân nghèo có 10 anh em, ở xã Gia Kiệm, huyện Thống Nhất, tỉnh Đồng Nai. Cha mẹ bị bệnh tật, nên mới hơn 10 tuổi Thịnh đã trở thành trụ cột trong gia đình. Anh phải làm rất nhiều việc, từ nhổ cỏ thuê, mót rau, mót khoai đến nuôi lợn để kiếm tiền nuôi em và lo thuốc thang cho cha mẹ. Không thể ngồi yên nhìn gia đình lâm vào cảnh bần cùng không lối thoát, anh quyết định nghỉ học vào TP Hồ Chí Minh làm thuê kiếm tiền nuôi em và phụ giúp cha mẹ.

Đầu năm 1980, anh đi buôn chất đốt, gỗ tận dụng ở lòng hồ Trị An (Đồng Nai) và bắt đầu tích cóp được số vốn kha khá đủ để lo cho các em ăn học và bản thân cũng trở lại cắp sách đến trường. Từ đó anh bắt đầu học thêm nhiều ngành nghề kinh doanh như sản xuất kem đánh răng, chế biến cà phê. Giờ đây, giáo dân Lê Đức Thịnh là giám đốc một doanh nghiệp cà phê và tham gia nhiều hoạt động kinh doanh khác. Công việc luôn bề bộn nhưng anh vẫn thường xuyên tham gia các hoạt động từ thiện của giáo hội, Mặt trận Tổ quốc Việt Nam. Anh cùng các Linh mục khắp từ Bắc tới Nam vận động bà con giáo dân đóng góp xây dựng nhà tình nghĩa, tình thương, làm đường giao thông nông thôn, xây dựng quỹ khuyến học. Đồng thời, anh kêu gọi đồng bào giáo dân xây dựng đời sống văn hóa, sống phúc âm giữa lòng dân tộc, tốt đạo đẹp đời.

Trong 3 năm, từ 2005 tới nay, anh đã cùng các chức sắc ở giáo phận Xuân Lộc (Đồng Nai) vận động bà con giáo dân đóng góp gần 160 tỷ đồng, làm công tác bác ái xã hội. Mỗi lần tiếp xúc với bà con giáo dân, anh bày tỏ:

"Muốn là một giáo dân tốt phải là một công dân tốt. Bởi mọi tín đồ công giáo đều là công dân của dân tộc mình, đất nước mình. Do vậy mỗi giáo dân, ngoài việc bảo vệ chân lý của Giáo hội còn phải biết sống và làm việc theo pháp luật."

Anh còn vận động các chức sắc hướng dẫn đồng bào giáo dân nắm bắt đường lối chính sách của đảng, nhà nước, làm cho họ hiểu được chính sách đại đoàn kết dân tộc của đảng. Anh tâm sự:

"Điều tôi làm chỉ là tình yêu đối với quê hương, dân tộc, đối với những người nghèo khổ cần được giúp đỡ. Tôi đã trải qua cơ hàn, khổ cực nên hiểu và cảm thông với những

mảnh đời bất hạnh. Bây giờ tôi làm kinh doanh cũng chủ yếu là để có tiền thực hiện công tác từ thiện.”

Với những công lao đóng góp cho giáo dân và cộng đồng, anh Lê Đức Thịnh được Đức Giáo Hoàng Benedicto 16 phong tước phẩm Hiệp sĩ Đại Thánh Giá (Hiệp sĩ) vào cuối năm 2007 tại giáo phận Xuân Lộc (Đồng Nai).

Theo Đức Cha Phaolo Nguyễn Văn Hòa:

“Trước khi phong tước phẩm, Giáo hội đã kiểm tra rất kỹ về đời sống đức tin của giáo dân Lê Đức Thịnh. Qua đó, giáo hội nhận thấy anh Thịnh là một người gắn bó với dân tộc, cố gắng xây dựng đất nước, hết sức mẫu mực trong đời sống. Đặc biệt, anh Thịnh đã hết lòng phụng dưỡng 3 người mẹ của mình. Đó là Mẹ Tổ quốc, Mẹ Giáo hội và Mẹ Sinh Thành.”

Đức Cha Nguyễn Văn Hòa cũng cho biết, hiện nay trên thế giới số người được sắc phong Đại Hiệp sĩ Thánh Giá chỉ đếm trên đầu ngón tay và nay hầu hết đã qua đời. Riêng ở châu Á chưa có ai vinh dự được nhận tước phẩm này. Như vậy anh Lê Đức Thịnh là người châu Á đầu tiên được phong tước phẩm Hiệp Sĩ Đại Thánh Giá và là người duy nhất trên thế giới được phong và nay còn sống để phục vụ./-

HQ

(Báo Hà Nội Mới số 18/3/2008)

NGƯỜI NỐI NHỊP CẦU THÔNG CẢM

Hoàng Yến

Hiệp sĩ Đại Thánh Giá Lê Đức Thịnh cho rằng sứ mệnh của ông là nối nhịp cầu thông cảm giữa người với người, giữa tôn giáo với xã hội, giữa đạo và đời để xây dựng một quốc gia có tầm cao hơn trong thế giới. Nếu không có thông cảm, chúng ta không thể tin tưởng và yêu thương người khác. Thông cảm chính là nhịp cầu đầu tiên và cần thiết để nối dài thương yêu.

**

Cội nguồn của sự tử tế cũng giản dị như cội nguồn của niềm tin tôn giáo đó là yêu thương. Như cuộc hạnh ngộ của chúng tôi với Hiệp sĩ Lê Đức Thịnh trên đường Quốc lộ 14. Khi ấy chuyến xe từ Kontum về Gia Lai phải dừng lại vì nổ lốp. Nhìn thấy chúng tôi đứng bên triền dốc, ông đã vội vàng dừng xe và đề nghị đổi xe để chúng tôi về Gia Lai cho kịp chuyến bay ra Hà Nội.

Lúc đó tôi chợt nhận ra giá trị thực sự của tước phẩm mà Giáo Hoàng ban tặng cho ông, không chỉ vì những tận hiến cho đồng bào nghèo khó mà vì tất cả những điều này, một nghĩa cử nhỏ bé nhất cũng đều xuất phát từ trái tim, tấm lòng của ông chứ không phải vì bất cứ danh hiệu nào.

Nhưng cũng chính vì những nghĩa cử đẹp đẽ ấy mà ông Lê Đức Thịnh đã làm cho tước phẩm Hiệp Sĩ Đại Thánh Giá cao quý hơn. Mỗi một lời nói, mỗi một cử chỉ của ông đều khiến chúng tôi phải suy nghĩ. Giống như trong cuộc sống, khi làm một việc gì ta phải đầu tư công sức, thực hiện bằng tấm lòng và trái tim của mình, có như thế thành quả mới được mọi người tôn trọng và đón nhận. Với tấm chân thành ấy, ông đã lan tỏa tinh thần bác ái yêu thương của người Công giáo trong cộng đồng xã hội.

Danh hiệu hoặc tước phẩm Hiệp Sĩ có từ năm 1831, thể hiện sự tri ân của Giáo Hoàng đối với giáo dân có công lớn trong giáo hội và xã hội. Trong đó Hiệp sĩ Đại Thánh Giá là một trong những cấp bậc cao.

Giáo dân Lê Đức Thịnh và vợ là bà Nguyễn Thị Kim Yến cùng được Đức Giáo Hoàng Benedicto 16 ban tước phẩm Hiệp Sĩ Đại Thánh Giá và Nữ Hiệp Sĩ Đại Thánh Giá vào ngày 12 tháng 6 năm 2007. Kể từ năm 1831 cho đến nay, trên thế giới mới có 13 Hiệp sĩ Đại Thánh Giá, trong đó ông Lê Đức Thịnh là người châu Á đầu tiên được Giáo Hoàng phong tước phẩm này.

Vinh dự ấy với bản thân ông Lê Đức Thịnh chưa bao giờ nghĩ đến vì vợ chồng ông chỉ thực hiện những điều lương tâm mách bảo, âm thầm giúp đỡ giáo quyền và chính quyền gỡ bỏ những rào cản cách biệt. Giảm đi những hiểu lầm, tích cực xây dựng kênh đối thoại trong thông cảm và tôn trọng.

Trong nhiều lần gặp gỡ với chúng tôi, ông cũng khiêm nhường không nhắc đến những công việc đã làm nhưng lại luôn bày tỏ sự lo lắng về những công việc mà một Hiệp sĩ phải thi hành theo khả năng cá nhân và theo hướng dẫn của các đấng bề trên.

Vì Hiệp sĩ là người Công giáo sống với đức tin chân thật và làm chứng về sự thật của đức tin là Thiên Chúa yêu thương mọi người như con cái thân thương của Người.

Đạo Công giáo được du nhập vào Việt Nam từ hơn 5 thế kỷ, nhưng trong một thời gian khá dài lịch sử truyền giáo đã làm cho Giáo hội Công giáo Việt Nam ít gắn bó với dân tộc, để lại mặc cảm giữa người Công giáo và người ngoài Công giáo, giữa Giáo hội và Nhà nước. Chỉ khi đất nước thống nhất vào năm 1975, Giáo hội Công giáo thống nhất, Hội đồng Giám Mục Việt Nam được thành lập vào năm 1980 và tổ chức đại hội lần thú nhất, Thư Chung 1980 ra đời với đường hướng ***"Sống Phúc âm giữa lòng dân tộc để phục vụ hạnh phúc cho đồng bào"***, lúc ấy Giáo hội Công giáo Việt Nam bước sang một giai đoạn phát triển mới. Tòa thánh Vatican đã nối được nhịp cầu ngoại giao với chính phủ Việt Nam. Cũng nhờ đó Giáo hội Công giáo Việt Nam ngày càng hăng say tỏa sáng đức tin trong những lính vực của đời sống như y tế, giáo dục, kinh tế. Và dẫn lối cho những người giáo dân như ông Lê Đức Thịnh thực hiện sứ mệnh của mình.

Hơn hai chục năm qua, ông đã thành lập các nhóm bác ái xã hội và thực hiện nhiều chuyến từ thiện tìm đến những ơi xa xôi hẻo lánh, gặp gỡ đồng bào còn khó khăn để trợ giúp và chia sẻ với họ.

Nghĩa cử của ông không chỉ giúp đỡ về mặt vật chất mà còn làm chuyển biến nhận thức của người Công giáo về trách nhiệm không chỉ với cuộc sống của gia đình mình, mà còn với cộng đồng và xã hội.

Ngay cả những lúc tưởng như không còn hơi sức nào trong cơn bạo bệnh, ông vẫn đau đáu về một tương lai hoàn thiện Chân-Thiện-Mỹ cho các em nhỏ có mảnh đời bất hạnh. Ám ảnh đối với ông là chuyện về hai cụ già 70, 80 tuổi ở Vũng Tàu, mỗi ngày mang theo hộp cơm đến các nghĩa trang để nhặt hoa đại rơi (có nơi gọi là hoa sứ), về phơi khô đem bán cho các cửa hàng dịch vụ tang lễ, số tiền dành dụm được hai cụ đem gởi cho các trại trẻ mồ côi. Hay các sơ người dân tộc ở Hội Dòng Ảnh Phép Lạ Kontum – những người mà cả đời sống trong sự lam lũ để nuôi nấng hàng trăm đứa trẻ lang thang cơ nhỡ thành người tử tế. Tấm lòng yêu thương quảng đại của những người phụ nữ mà ông xem như một món quà càng thôi thúc ông vượt qua đớn đau riêng mình. Những vết bầm tím, bỏng rát trong cổ họng sau nhiều đợt xạ trị càng khiến ông trân quý hơn những món quà từ cuộc sống.

Dù có lúc tưởng như ở cuối chân trời, nhưng ông vẫn tràn đầy năng lượng. Khi ở Thái Bình, khi vào Nghệ An, lúc lại lên Kontum, liên tục đi về từ Nam ra Bắc vì nơi này bão lụt, nơi kia thiếu thốn.

Bằng tất cả phẩm hạnh và sự tử tế của một người Công giáo, Hiệp sĩ Lê Đức Thịnh đã trở thành cầu nối cho sự hòa giải giữa chính quyền và Giáo hội trong các vụ việc liên quan đến tôn giáo và góp phần thay đổi nhận thức trong quan hệ đạo-đời.

Cứ thế, tinh thần lạc quan đầy tươi sáng được ông chia sẻ với những người xung quanh. Niềm vui ấy chính là động lực để ông vượt qua căn bệnh hiểm nghèo, tiếp tục dấn bước trên con đường loan báo Tin Mừng như lời Giáo Hoàng Francico từng nói: *"Rao giảng Tin mừng là đích thân làm chứng về Tình yêu Thiên Chúa, là vượt thắng sự ích kỷ của chúng ta, là phục vụ bằng cách cúi mình xuống rửa chân cho anh em chúng ta, như Chúa Giêsu đã làm."*

Từ khi được bầu lên chức Giáo chủ Giáo hội Công giáo toàn cầu, tại Roma ngày 13 tháng 3 năm 2013, Giáo Hoàng Francico chú trọng đến việc Giáo hội phải mang Tin Mừng đến những vùng ngoại biên, Giáo hội phục vụ những người nghèo hèn, đối thoại với các tôn giáo, đồng hành với mọi người trên thế giới.

Giáo hội Công giáo luôn giữ những nguyên tắc căn bản dựa trên tình yêu dành cho Thiên Chúa và cho con người. ***"Ta yêu Chúa vì Chúa yêu ta. Ta yêu người như Chúa yêu ta"***. Tình yêu là động lực, thúc đẩy tín hữu Công giáo như Hiệp sĩ Lê Đức Thịnh sống tốt lành, tử tế với mọi người, vì một lẽ mọi người được Thiên Chúa tạo dựng và yêu thương.

Hiệp sĩ Đại Thánh Giá Lê Đức Thịnh mang tình yêu ấy đi xây mộng ước của mình. Đó là sự hài hòa giữa tôn giáo và chính phủ để chăm lo cho các tín hữu thuộc các tôn giáo khác nhau. Nhưng để có được điều đó, cần có những đối thoại để thông cảm và cộng tác trong các lĩnh vực xã hội. Trách nhiệm của tôn giáo là phục vụ con người về mặt tâm linh, nhưng không quên nghĩa vụ và trách nhiệm cổ vũ tín hữu xây dựng cuộc sống thường nhật.

Cho nên sự cộng tác tích cực giữa đạo và đời, theo Hiệp sĩ Lê Đức Thịnh, sẽ đem lại thịnh vượng và thái bình cho quốc gia. Sự cộng tác giữa các tôn giáo trong việc giáo dục đạo đức, truyền bá giá trị tôn giáo còn góp phần cổ vũ tương giao nhân bản giữa con người. Sự cộng tác này còn tạo thêm cơ hội cho giới trẻ tiến lên trong học hành, làm việc.

"Chúng ta đang có một nguồn chất xám dồi dào từ giới trẻ, vì vậy Giáo hội và xã hội cần đầu tư một cách hệ thống trong việc đào tạo những nhà chuyên môn cho tương lai". Hiệp sĩ Lê Đức Thịnh khẳng định.

H.Y

(Báo Đại Đoàn Kết, số Tết 2020)

TỎA SÁNG ĐỨC TIN, PHỤC VỤ VÀ BẢO VỆ DÂN TỘC

Dạ Yến

Hiệp sĩ Đại Thánh Giá Lê Đức Thịnh nhận rằng, ông chỉ là người đem đến bác ái và yêu thương cho mọi người. Và dù chúng ta theo một hay nhiều tôn giáo, niềm tin của chúng ta đặt để ở một đấng linh thiêng nào đi chăng nữa thì chúng ta chỉ có một nguồn cội, đó là Mẹ Tổ quốc Việt Nam, nơi cho chúng ta làm người và làm tín đồ tôn giáo. Vì vậy trách nhiệm của tín đồ tôn giáo là tỏa sáng đức tin bằng những hành động thiết thực để phục vụ và bảo vệ dân tộc.

Hãy nghe ông trả lời một số câu hỏi được chúng tôi nêu lên cho ông.

HỎI: *- Tước phẩm Hiệp sĩ có từ 1831 thể hiện sự tri ân của Giáo Hoàng đối với giáo dân có công lớn trong giáo hội và xã hội. Ông là người Việt Nam và cũng là người châu Á đầu* *tiên được Giáo Hoàng phong tặng tước phẩm Hiệp sĩ Đại Thánh Giá từ năm 2007, tới nay đã 12 năm đối với ông có những điều gì đáng ghi nhớ?*

ĐÁP - Việc Đức Giáo Hoàng phong tước phẩm Hiệp sĩ Đại Thánh Giá cho tôi, là niềm vinh dự và hồng ân cho cá nhân, là niềm vui, niềm hạnh phúc, cho người thân và đồng đạo yêu mến tôi. Phẩm hàm này tôi được nhận nhưng ở trong đó có công lao to lớn của nhiều người trong Giáo hội đã âm thầm giúp đỡ, cổ vũ cho sự nỗ lực, cố gắng của tôi.

Cũng chính vì vậy, đi cùng với niềm vinh dự, tự hào là trách nhiệm lớn lao mà Đức Giáo Hoàng, Giáo hội Việt Nam đã tin tưởng, tín nhiệm giao cho tôi và tôi cần thực hiện tốt trong suốt cuộc đời để xứng đáng với phẩm hàm này.

Ở cương vị Hiệp sĩ Đại Thánh Giá, tôi có nhiều thuận lợi hơn vì được các Đức Cha tin tưởng, được đồng đạo yêu mến nên tôi đã làm được nhiều việc hơn, tập hợp, vận động đồng đạo đoàn kết, nâng cao trách nhiệm vì mục tiêu chung là phục vụ giáo hội và xã hội, là nhịp cầu gắn kết tạo nên mối tương quan đạo-đời hòa hợp.

Trong hành trình ấy, tôi luôn trăn trở làm thế nào để phụng dưỡng 3 người Mẹ một cách tốt nhất như Đức Giám Mục Nguyễn Chu Trinh (nguyên Giám Mục Giáo phận Xuân Lộc) đã nói trong ngày trao tước phẩm cho tôi: *Mẹ thứ nhất là người đã sinh thành; Mẹ thứ hai là tổ quốc Việt Nam đã cưu mang tôi và người Mẹ thứ ba là Giáo hội đã nuôi dưỡng tôi bằng Lời Chúa.*

12 năm qua trong hành trình với tư cách một Hiệp sĩ Đại Thánh Giá, tôi luôn mang bác ái và yêu thương đến cho mọi

người, cũng là đưa tinh thần sứ điệp của Đức Giáo Hoàng Benedicto 16 nhắn nhủ Dân Chúa ở Việt Nam: *"Bằng đời sống xây nền trên đức ái, sự liêm chính, việc quý trọng công ích, anh chị em phải chứng tỏ rằng người Công giáo tốt cũng là người công dân tốt"*, và như ***Thư Chung 1980*** của Hội đồng Giám mục Việt Nam: *"Yêu tổ quốc, yêu đồng bào đối với người Công giáo không những là một tình cảm tự nhiên phải có, mà còn là một đòi hỏi của Phúc âm."*

Vì ở xa nên không có điều kiện để liên lạc xin phép trước được, BBS xin lỗi các tác giả có bài viết được sử dụng trong tập sách không thương mại này, rất mong được lượng thứ.

HỎI: *- Hơn 20 năm qua ông đã thành lập các nhóm bác ái xã hội, thực hiện nhiều chuyến từ thiện tìm đến những nơi hẻo lánh, gặp gỡ đồng bào khó khăn để trợ giúp và chia sẻ với họ. Nghĩa cử của ông không chỉ giúp đỡ về vật chất mà còn làm chuyển biến nhận thức của người Công giáo không chỉ với cuộc sống của gia đình mình, mà còn với cộng đồng và xã hội. Có những kỷ niệm nào mà ông có thể chia sẻ?*

ĐÁP - Những chuyến đi của tôi có rất nhiều kỷ niệm, vui có, buồn có, nhưng có hai kỷ niệm mà tôi không bao giờ quên. Đó là vào năm 2005, bấy giờ, Giáo hội và chính quyền vẫn ít nhiều nghi ngại, mặc cảm, tôi đã mời ông Phạm Thế Duyệt, khi ấy đang là Chủ tịch UBTƯ MTTQVN về thăm Giáo phận Xuân Lộc. Ở chiều ngược lại, tôi cũng thuyết phục các Đức Giám mục và Linh mục đón tiếp ông Chủ tịch Mặt trận.

Sau nhiều ngày như vậy, cuối cùng hai bên đã đồng ý gặp nhau, buổi gặp gỡ đã diễn ra trong một bầu không khí đặc biệt, vào đúng ngày 30/4/2005 vừa trang trọng vừa chân tình phải lẽ. Chẳng còn nghi ngại ban đầu, ngay tại buổi gặp đó, tôi cũng đã thuyết phục các sơ, các Linh mục cam kết với Chủ tịch Phạm Thế Duyệt sẽ phát động toàn giáo phận tham gia bác ái xã hội thông qua việc chữa bệnh cứu người, giáo dục, làm đường giao thông, chăm sóc người già neo đơn.

Đây có thể xem là bước khởi đầu quan trọng để đồng bào có đạo cả nước ngày càng hăng say tỏa sáng đức tin trong nhiều lĩnh vực của đời sống như y tế, kinh tế và giáo dục. Chính phủ, Nhà nước và Mặt trận đã luôn nâng đỡ, tạo điều kiện để các tôn giáo làm được nhiều việc tốt đẹp như giáo lý của mình, từ đó góp phần xây dựng đất nước.

Câu chuyện thứ hai là, cuối năm 2014, tôi đã tổ chức cho đoàn các Nữ tu Dòng Ảnh Phép Lạ (Giáo phận Kontum – gồm những nữ tu là người đồng bào dân tộc thiểu số) ra thăm miền Bắc. Đây là lần đầu tiên các sơ được đi xa khỏi mảnh đất Tây Nguyên, nên chuyến đi như sự khám phá về một "thế giới mới" mà các sơ từ trước chỉ được nhìn thấy qua truyền hình. Các sơ được tận mắt thấy thủ đô của đất nước, được cảm nhận cảnh đẹp của từng vùng miền, và được lãnh đạo các địa phương, lãnh đạo MTTQVN, Ban Tôn giáo Chính phủ, các Đức Giám Mục, các Tòa Giám mục phía Bắc đón tiếp nhiệt tình, chu đáo.

Chuyến đi đã làm thay đổi nhận thức của các sơ rất nhiều, không chỉ về đất nước, mà còn về tình cảm gắn bó yêu thương, sự trân trọng nhau giữa những người miền xuôi và người miền ngược, làm cho các sơ ý thức trách nhiệm hơn về tình đoàn kết giữa đồng bào các dân tộc trong khối đại đoàn kết, trách nhiệm hơn trong việc giữ gìn mảnh đất Tây Nguyên thiêng liêng của Việt Nam.

***HỎI** - Điều gì thôi thúc ông làm những việc đó?*

ĐÁP - Tôi thiết nghĩ là người Việt Nam, là tín đồ tôn giáo nào ai cũng muốn làm những điều thiện, điều tốt lành bởi đây là đạo lý, là văn hóa nghìn đời của dân tộc Việt Nam, là cốt lõi là đường hướng hành đạo tốt đẹp của các tôn giáo, chỉ có khác là mỗi người có điều kiện và cách làm khác nhau. Có thể tôi làm được nhiều hơn vì có điều kiện thuận lợi hơn, được sự trợ giúp của nhiều người hơn và quan trọng là được Giáo hội và chính quyền địa phương nơi đến hết lòng ủng hộ.

Là người Công giáo, tôi càng được thấm nhuần đạo lý ấy khi từ còn nhỏ, trong từng giới răn, trong từng câu Kinh Thánh. Trong cuộc sống chúng ta trao cho nhau một chút vật chất, trao cho nhau tinh thần yêu thương, động viên nhau nỗ lực để vượt thắng những khó khăn hiện tại thì chính là chúng ta nhận về sự trân quý, ấm áp tình người.

***HỎI** - Chủ tịch Hồ Chí Minh từng nói "Chúa Giê Su dạy: Đạo đức là bác ái, Phật Thích ca dạy đạo đức là từ bi, Khổng tử dạy đạo đức là nhân nghĩa". Và suy cho cùng, tôn giáo nào cũng hướng dân tín hữu dựa theo để có một tâm trí bình an sáng suốt, có một cộng đồng để chia sẻ, gắn bó, để nương tựa và giúp đỡ nhau trong cuộc sống hiện hữu. Vậy làm thế nào để tôn giáo nhân lên những giá trị văn hóa: từ bi, bác ái để quần chúng tín đồ noi theo, không để các hoạt động tín ngưỡng, tôn giáo mê tín dị đoan, trục lợi gây bức* *xúc trong xã hội, chia rẽ nhân dân, phá hoại khối đoàn kết dân tộc, thưa ông?*

ĐÁP - Tôn giáo nào cũng dạy cho tín đồ tình yêu thương bác ái, sự bao dung độ lượng, luôn làm những điều thiện để hướng tới sự tốt lành. Tuy nhiên, mặt trái của cơ chế thị trường với lối sống hưởng thụ, cái tôi cá nhân được đẩy lên cao cũng đã ảnh hưởng không nhỏ đến giá trị đích thực, đến hình ảnh chân, thiện, mỹ của tôn giáo.

Để nhân lên những giá trị của văn hóa từ bi, bác ái, để quần chúng tín đồ noi theo, không để các hoạt động tín ngưỡng, tôn giáo mê tín dị đoan, trục lợi, tôi thiết nghĩ trước hết là mỗi tín đồ cần tiết độ trong lối sống, cách hành xử, làm đúng những răn dạy trong đạo đức tôn giáo và đạo đức làm người. Sau nữa mỗi tổ chức tôn giáo, nhất là các vị lãnh đạo giáo hội, các vị chức sắc, nhà tu hành rất cần làm gương trong đời sống đạo, trong việc thực hiện những giới răn, giới cấm, răn dạy tín đồ sống chuẩn mực của đức tin. Điều đó sẽ nâng cao trách nhiệm bảo vệ sự trong sáng của đạo đức tôn giáo, ngăn chặn sự xâm nhập của lối sống xấu, không phù hợp.

HỎI *- Hiện nay tôn giáo không chỉ là một thành tố của văn hóa mà còn là một nguồn lực quan trọng, góp phần phát triển đất nước. Theo ông, làm thế nào để phát triển được nguồn lực này?*

ĐÁP - Tôn giáo là một nguồn lực, trong đó có nguồn lực vật chất và nguồn lực tinh thần. Sự hình thành và phát triển tôn giáo ở Việt Nam đã mang theo nguồn lực. Tuy nhiên ở mỗi thời kỳ và điều kiện nhất định, nguồn lực đó thể hiện ở nhiều dạng khác nhau. Ngày nay nguồn lực của tôn giáo ngày một thể hiện rõ nét, có tính tổ chức và được xã hội nhìn nhận, được chính quyền ghi nhận. Để khơi thông nguồn lực này vào phát triển xã hội, theo tôi cần phải có nỗ lực từ cả hai phía:

Nhà nước cần có cơ chế, chính sách rõ ràng cụ thể, để nguồn lực tôn giáo được thực hiện đúng cách, đúng người và đúng mục đích.

Về phía tôn giáo cần chuẩn bị cho mình những điều kiện tốt về nhân sự, về vật chất, về lộ trình để đưa nguồn lực của mình theo đúng quỹ đạo phát triển khi luật pháp quy định cụ thể.

Cổng chào mừng Lễ Sắc Phong Tước Phẩm Hiệp Sĩ Đại Thánh Giá do Đức Giáo Hoàng ban cho ông JB Lê Đức Thịnh tại Giáo xứ Phúc Nhạc.

NHỮNG TÌNH YÊU CAO CẢ

Hoàng Yến

1.

Kể cả lúc này, sau khi trải qua cơn bạo bệnh, bất kể lúc nào có sức khỏe, ông lại lặng lẽ tìm về vùng đồng bào dân tộc, chia sẻ với khó khăn của đồng bào không chỉ là thông qua những hành trình thiện nguyện bác ái, không chỉ là những buổi trò chuyện, sẻ chia, khuyên nhủ đến lạc cả giọng mà còn tìm cách đưa những trẻ mồ côi mang về thành phố, gởi vào các trường, nhà dòng để được học hành tử tế.

Nhờ tình yêu của các đấng bậc, sự nâng đỡ của chính quyền, Hiệp sĩ Lê Đức Thịnh chỉ mong sao bọn trẻ dần dần trưởng thành, trở thành những công dân có ích cho đất nước, trở về với dân tộc của mình, giúp đỡ đồng bào mình xóa nghèo, vươn lên đổi mới. Con đường loan báo Tin Mừng cũng sẽ được bắt đầu như thế.

Quan tâm tới người yếu thế trong xã hội như là một sứ mạng trong cuộc đời ông. Theo Hiệp sĩ Lê Đức Thịnh, xã hội cần phát động mạnh mẽ những phong trào đùm bọc lẫn nhau và các tổ chức tôn giáo là các tổ chức có điều kiện để làm việc đó.

Vì thế khi còn những khó khăn, đồng bào có đạo đừng nên lợi dụng những bất cập của chính sách để làm rối ren mọi vấn đề.

"Tôi luôn tâm niệm rằng, người công giáo phải sống thế nào để người khác nhìn vào thấy mình thực sự sống tốt. Đừng để kỳ thị giữa đạo và đời, người ta thấy đạo người ta sợ, còn đạo mà suốt ngày hận thù xã hội thì làm sao gọi là còn có đạo", Hiệp sĩ Lê Đức Thịnh chia sẻ.

Được biết, Hiệp sĩ Lê Đức Thịnh là một trong những giáo dân có nhiều lần được diện kiến các Đức Giáo Hoàng Benedicto 16 và Francico. Trong câu chuyện của mình, ông Lê Đức Thịnh kể lại ấn tượng về Đức Giáo Hoàng Francico, trong một bữa cơm trưa không phải là địa vị tối cao mà chính là chiếc áo sờn vai mà Ngài đang mặc.

Để thấy ngần ấy những năm tháng đã trôi qua, với chiếc áo sờn vai này, Đức Giáo Hoàng Francico đã ôm ấp yêu thương tất cả những con người khốn cùng mà Ngài đã gặp trên con đường của mình.

Sự giản dị và tình yêu bao la của Ngài đã truyền cảm hứng cho con chiên đồng đạo, trong đó có những người Việt Nam như Hiệp sĩ Lê Đức Thịnh trên đường hướng phụng sự Thiên Chúa, phụng sự dân tộc với những lý tưởng cao đẹp.

2.

Câu chuyện của ông khiến chúng tôi lại nhớ tới những người công giáo khác, như Giám mục Alosio Nguyễn Hùng Vị, Giám mục Giáo phận Kontum; Linh mục Phero Nguyễn Văn Đông, Tổng Đại diện giáo phận Kontum trong nhiều lần hạnh ngộ, các ngài vẫn với những bộ đồ cũ, áo sờn vai qua bao năm tháng. Trong những câu chuyện dí dỏm, chân tình, đích cuối cùng vẫn chỉ là những thao thức cho đồng bào mình.

Có những lần về Kontum, gặp lại Linh mục Giuse Đỗ Hiệu, Quản hạt vùng Kontum, cũng với bộ quần áo cũ của vài năm trước, vẫn chiếc xe Honda cũ, ông miệt mài, rong ruổi đến từng buôn làng, qua nhiều hoạt động bác ái xã hội, mang tình yêu thương chia sẻ đến với đồng bào nghèo khó.

Nhưng có lẽ nhớ nhất là những cuộc gặp gỡ với các sơ người dân tộc thuộc hội Dòng Ảnh Phép lạ (Kontum). Có những ngày các sơ gần như kiệt sức sau những lao động miệt mài trên nương rẫy để trồng cây mì, hái măng.., lo từng bữa ăn giấc ngủ cho người nghèo, trẻ mồ côi, vậy mà chưa khi nào nản lòng, chưa khi nào từ bỏ.

Vì các sơ còn có những đứa con phải nuôi nấng. Những đứa con dù không phải mình sinh ra nhưng yêu thương chúng còn hơn cả tình yêu của một người mẹ. A Long là một ví dụ.

Đôi mắt của A Long thật ám ảnh. Đôi mắt trong sáng, sâu thẳm. A Long từng bị chính cha đẻ của mình chôn sống theo mẹ khi mẹ vừa sinh em ra được 6 ngày thì mất.

Chẳng thể ngờ trong cuộc sống này, đâu đó xa xôi ở ngoài kia, trên những cao nguyên hoang dã vẫn còn rơi rớt lại những hủ tục nặng nề.

Và cũng chẳng thể ngờ, cậu bé như được sinh ra thêm lần nữa, khi được các nữ tu người dân tộc thuộc hội Dòng Ảnh Phép lạ cứu sống, nuôi nấng, trao cho một cơ hội sống, đổi đời.

A Long chỉ là một trường hợp trong gần 1.000 đứa trẻ tại các cơ sở bảo trợ của Hội Dòng này. Nhưng dường như chẳng mấy ai biết đến sự tồn tại của họ. Gần 70 năm qua, họ đã ở đây, sống một cuộc đời dấn thân, vừa cầu nguyện, vừa cứu vớt những phận người khốn khổ.

"Phó thác cho Chúa" – đó là câu trả lời của một nữ tu đã dành cả đời mình tận hiến cho nơi này, nhưng vẫn còn là dấu hỏi cho nhiều nhiều người khi vẫn chưa thể lý giải được vì sao họ lại âm thầm hy sinh với đạo với đời như thế,

Linh mục Giuse Đỗ hiệu từng chia sẻ rằng, nhiều người khó có thể hiểu được tại sao một con người lại từ bỏ mọi sự để đi theo một lý tưởng tận hiến đến thế. *"Như chị đến đây, hẳn là muốn hỏi vị Linh mục này, khát vọng của ông là gì, lý tưởng của ông là như thế nào?"*

Rồi ông lý giải:

"Chắc chắn đời không có lý tưởng, con người không thể sống một cách an tâm, an vui được. Phục vụ con người là một trong những lý tưởng của chúng tôi. Tôi vẫn nói với những người công giáo, vào nhà thờ để học cách rửa chân cho người khác. Rửa chân ở đây có nghĩa là phục vụ một cách vô điều kiện và không vụ lợi. Đối với chúng tôi lý tưởng là như vậy."

HOÀNG YẾN

3.

Người công giáo Việt Nam đang được sống trong một giáo hội của tình yêu thương từ Đức Giáo Hoàng đến các Đức Giám mục, Linh mục và các nam nữ tu sĩ đều hết lòng hy sinh. Nói như Giám mục Alosio Nguyễn Hùng Vị, làm như thế, tinh thần gắn bó, tương thân tương ái đã thấm vào mỗi hành động, mỗi lời nói của bà con giáo dân, nối dài thêm nhịp cầu yêu thương, đoàn kết trong cộng đồng.

Đạo Công giáo chỉ mới có mặt ở Việt Nam khoảng 5 thế kỷ, lại trải qua những năm tháng thăng trầm, đầy sóng gió. Thế nhưng, tôn giáo này đã để lại một dấu ấn đậm nét trong lịch sử nước nhà.

Đặc biệt với những chính sách của đảng, nhà nước về tôn trọng tự do tín ngưỡng-tôn giáo, cùng với đường hướng gắn bó, đồng hành cùng dân tộc của Giáo hội Công giáo Việt Nam, và quan hệ giữa Việt Nam - Vatican đang tiến triển tốt đẹp đã tác động tích cực đến mọi mặt trong đời sống của đồng bào Công giáo.

(...)

Đáng quý thay, ở đâu có người công giáo ở đó có sự yêu thương, chia sẻ!

H.Y

(báo Tinh Hoa Việt,
số 70, ngày 25/2/2018)

SỐNG YÊU THƯƠNG PHỤC VỤ VÀ HÒA HỢP DÂN TỘC

Lê Hùng Luân

Ở châu Á và Việt Nam, người được Tòa Thánh trao tước phẩm Hiệp sĩ Đại Thánh Giá đầu tiên là ông JB Lê Đức Thịnh (giáo dân xứ Phúc Nhạc, giáo phận Xuân Lộc). Ngày 5.11.2007, lễ trao Sắc phong của Tòa Thánh cử hành một cách sốt sắng tại nhà thờ Phúc Nhạc. Thánh lễ có sự hiện diện của Đức Cha Đaminh Nguyễn Chu Trinh, Giám mục Chánh tòa giáo phận Xuân Lộc khi đó; Đức Cha Phaolô Nguyễn Văn Hòa, bấy giờ là Giám mục giáo phận Nha Trang và là Chủ tịch Hội đồng Giám mục Việt Nam; Đức Cha Phaolô Bùi Văn Đọc, Giám mục Chánh tòa giáo phận Mỹ Tho (sau này là Tổng Giám mục Tổng Giáo phận TPHCM) đồng tế. Ngoài ra còn có sự tham dự của đông đảo giáo dân và các thành phần xã hội.

Cúi Xuống Để Phục Vụ

Tước phẩm cao quý có lịch sử từ năm 1831 mà Tòa Thánh dành trao tặng những giáo dân nhằm nói lên sự ghi nhận những cống hiến nổi bật, ý nghĩa của người tín hữu thuần thành. Trước và sau khi được tước phẩm, Hiệp sĩ JB Lê Đức Thịnh luôn miệt mài phục vụ, góp phần dựng xây Giáo hội và quê hương phát triển…

Vừa trải qua thời gian bạo bệnh, sức khỏe có phần ảnh hưởng ít nhiều, song, lịch làm việc của Hiệp sĩ JB Lê Đức Thịnh không kém hơn những ngày trẻ, của mấy chục năm trước. Nếu dạo ấy, người ta dễ bắt gặp Hiệp sĩ ở khắp nơi, từ phố thị đến những buôn làng heo hút miền cao nguyên hay miền Tây Bắc để trao quà, trao nhà tình thương; vận động kinh phí xây trường học, trường nghề; mời gọi chung tay chăm lo cho người nghèo, giúp trẻ khuyết tật…, thì giờ đây, ông vẫn luôn có những chuyến thiện nguyện Nam Bắc, nơi vùng sâu xa để không vì lý do gì khác, ngoài đỡ nâng những mảnh đời còn cần lòng thương xót. Bởi thực tế mà nói, dù cuộc sống chung đã có phần khấm khá hơn nhưng ở đâu đó, nhất là ở vùng quê, vẫn còn nhiều người nghèo khó, dễ có nguy cơ lùi lại. Trong tầm khả năng của mình, Hiệp sĩ JB Lê Đức Thịnh đã quyên góp và tự bỏ tiền cá nhân trích từ kết quả kinh doanh của gia đình hàng trăm tỷ đồng trong mấy chục năm qua để làm bác ái. Ông luôn đau đáu cái nghèo của người dân một số nơi, trăn trở với những sinh hoạt của Giáo hội nơi này nơi khác còn những khó khăn, chưa thông suốt…, rồi tìm mọi cơ hội để bắc những nhịp cầu, nối những yêu thương và sự thấu hiểu.

Đến với người nghèo hay người bất hạnh, ngoài trao tặng, ông còn hỏi han và khơi cho đồng bào ý chí vươn lên, tinh thần liên đới. Hàng trăm chuyến đi như thế khởi hành rồi kết thúc liên tục, mang niềm phấn khởi cho bà con.

Tiếp chúng tôi tại tư gia sau chuyến đi thăm bà con khu vực vừa xảy ra vụ bạo động vào trung tuần tháng 6.2023 ở Đăk Lăk, ông Thịnh vẫn chưa hết vẻ ngậm ngùi. Đợt thăm viếng này, gia đình Hiệp sĩ JB Lê Đức Thịnh và một số doanh nhân đã trực tiếp ghé thăm, ủi an người nhà những nạn nhân, chiến sĩ đã hy sinh, trong đó có gia đình của một thanh niên Công giáo, đã thiệt mạng vì cuộc tấn công đột ngột. Hiệp sĩ JB Lê Đức Thịnh bày tỏ niềm tiếc nuối, cảm thương trước những mất mát to lớn, đồng thời khích lệ tinh thần những thân nhân. Hiệp sĩ cũng trao nhiều phần quà cho bà con dân tộc thiểu số sinh hoạt tại giáo xứ Hòa Nam, giáo phận Ban Mê Thuột, dặn dò họ cố gắng sống yêu thương, tìm cách để vươn lên trong tình huynh đệ. Cũng trong chuyến đi này, ông trao 200 triệu nhờ Ủy ban Mặt trận Tổ quốc Việt Nam tỉnh Đăk Lăk lo cho người nghèo, là số tiền của một người quen nhờ ông chuyển.

Trong căn nhà ấm cúng, ngoài phòng khách trưng bày các tranh ảnh, còn có không gian riêng để trưng các đồ vật kỷ niệm sau mỗi chuyến đi thăm nơi này, nơi khác lo cho việc chung mà Giáo hội cần. Có cả những kỷ vật gắn liền với những sự kiện lịch sử, chẳng hạn như chiếc bút bi được dùng để ký biên bản xác nhận thỏa thuận Tòa Thánh gởi Đặc phái viên không thường trú tại Việt Nam vào tháng 6.2010, tại Vatican trong chuyến làm việc của nhóm Công tác Hỗn hợp Việt Nam - Vatican vòng II do Thứ trưởng

Bộ Ngoại giao Nguyễn Quốc Cường làm Trưởng đoàn và Trưởng đoàn Tòa Thánh là Thứ trưởng Ngoại giao Ettore Balestrero; là phong bì từng đựng những bức thư Đức Thánh Cha Benedicto 16, Đức Thánh Cha Francico trực tiếp gởi riêng cho ông; là không ít những món quà lưu niệm hay tràng hạt do chính tay các vị Giáo Hoàng, Hồng y tặng mỗi lần Hiệp sĩ sang thăm Tòa Thánh. Sự đóng góp của ông vừa mang tính yêu thương, vừa có tầm nhìn lâu dài, với mong muốn làm sao để Giáo hội Công giáo tại Việt Nam ngày càng bước đi trong bền vững và khắc họa đậm nét gương mặt Đức Kitô.

Khi chuyến đi này chưa xong, kế hoạch cho một công việc khác lại đến, phải giải quyết. Dù có bận bịu, mệt nhọc, Hiệp sĩ vẫn nở nụ cười nhẹ tênh: *"Hiệp sĩ của Giáo hội mà, Đức Thánh Cha phong tước phẩm này cho mình để mình làm việc vì Giáo hội, mang lại hạnh phúc cho bà con mình."*

Nhiều lần, ở nhiều nơi, chúng tôi được nghe tâm sự của Hiệp sĩ Đại Thánh Giá về những quan niệm của ông, chung quy vẫn là tinh thần phục vụ và sự dấn thân. *"Là một người con của Giáo hội, chúng ta làm sao để Hội Thánh phát triển, chu toàn các trách nhiệm của mình với Chúa. Là người con của quê hương, chúng ta thực hiện nghĩa vụ công dân, làm giàu đẹp quê mình. Hai điều ấy phải song song"*, Hiệp sĩ nói.

Tâm niệm như vậy và đặt lợi ích tha nhân lên trên, những chuyến đi của Hiệp sĩ đều mang theo hành trang yêu thương để dựng xây hòa bình…

*

*Tước phẩm **Hiệp sĩ Đại Thánh Giá** của ông JB Lê Đức Thịnh thuộc phẩm hàm Thánh Gregorio Cả, do Đức Giáo Hoàng Gregorio 16 lập ra năm 1831 để tưởng nhớ Thánh Nhân và trao tặng người có nhiều đóng góp cho Giáo hội Công giáo cũng như cho đất nước, dân tộc. **JB Lê Đức Thịnh** và phu nhân **Anna Nguyễn Thị Kim Yến** cùng được trao tước phẩm **Hiệp sĩ Đại Thánh Giá** cách đây 16 năm, dưới thời **Đức Giáo Hoàng Benedicto 16**.*

Nên Bắc Cầu - Đừng Xây Tường

Hành trình dài phục vụ của Hiệp sĩ không dừng ở chỗ thiện nguyện, bác ái…, mà có thể nói, ông đóng vai trò như người bắc những nhịp cầu để mối quan hệ giữa nhà nước và giáo hội địa phương ngày một hiểu nhau hơn, làm vơi đi những thành kiến, nghi kỵ để cùng đối thoại, hợp tác, làm tăng sức mạnh khối đại đoàn kết dân tộc.

Hiệp sĩ JB Lê Đức Thịnh rất thích câu nói của Đức Thánh Cha Francico: *"Hãy bắc cầu - Đừng xây tường"*. Xây cầu, không xây tường mà còn phá bỏ những rào cản chính là công việc ông thầm lặng làm trong nhiều năm qua.

Lần ngược thời gian một chút, trở về hoàn cảnh thời điểm hơn hai mươi năm trước, chính quyền với Giáo hội Công giáo tại Việt Nam vẫn còn đôi chỗ chưa thông suốt nhau do những tồn tại lịch sử để lại. Hàng loạt vấn đề nếu cả đôi bên không dùng sự thiện chí giải quyết thì rơi vào bế tắc.

Với lòng yêu Giáo hội cùng lòng yêu dân tộc, ông Lê Đức Thịnh, kể cả khi chưa được sắc phong, là một trong những người đã mạnh dạn trở thành cầu nối giữa chính quyền và giáo quyền. Bây giờ, khi nhắc về chuyện cũ, ông vẫn không thể nào quên. *"Khi bản thân mình tham gia làm việc cho Giáo hội và nhìn thấy công việc được thành công, làm sao quên được"*, ông chia sẻ. Ông kể chuyện cũ như một đúc kết kinh nghiệm:

"Cách để hóa giải những bất đồng tốt nhất là phải trực tiếp đối thoại. Đối thoại thì đòi hỏi sự chân thành, không phải người này ở trên, người kia ở dưới mà là ngang nhau. Gặp gỡ một lần chưa xong việc thì nhiều lần. Rồi thì khi trao đổi, hai bên sẽ dần hiểu những mục đích tốt đẹp đang làm.

Năm 2005, giữa lúc chính quyền địa phương và Tòa Giám mục Xuân Lộc còn một số điểm cần thông tin, bàn bạc qua lại, tôi đã mời ông Phạm Thế Duyệt khi ấy là Chủ tịch Ủy ban Trung ương Mặt trận Tổ quốc Việt Nam về thăm giáo phận Xuân Lộc. Ở chiều ngược lại, tôi cũng thuyết phục các vị chủ chăn đón tiếp trọng thị vị khách lớn. Một cuộc gặp lịch sử đã được xác định vào ngày 30.4.2005, trong bầu khí vừa trang trọng vừa thân tình giữa ông Phạm Thế Duyệt và Đức Cha Đaminh Nguyễn Chu Trinh, Giám mục GP Xuân Lộc thời bấy giờ. Phía Tòa Giám mục trong cuộc gặp đó cam kết với ông Chủ tịch sẽ phát động toàn giáo phận tham gia bác ái xã hội thông qua chữa bệnh, làm đường, làm giáo dục. Vị Chủ tịch Trung ương MTTQ Việt Nam cũng lắng nghe những khó khăn và hứa sẽ tìm cách đáp ứng tốt nhất nhu cầu sinh hoạt của giáo phận, cũng như giải quyết thấu đáo một số vấn đề vướng mắc. Đây là bước khởi đầu để cả hai phía thấy được sự tốt đẹp trong công việc và hiểu nhau hơn."

Và thực vậy, sau cuộc gặp, những nút thắt có từ trước dần được tháo cởi. Đại Chủng viện Xuân Lộc được mở năm 2005, số lượng chủng sinh tu học trong mỗi khóa được thống nhất; việc nhập sách từ nước ngoài để làm tài liệu nghiên cứu, giảng dạy ở Đại Chủng viện được tạo điều kiện; những thủ tục hành chánh, các vấn đề quản trị, lập giáo xứ được khơi thông… Khỏi phải nói, ông Thịnh đã mừng vui xiết bao khi biết những thành quả này có phần đóng góp nhỏ bé của mình.

Cũng năm này, việc chia tách giáo phận Bà Rịa từ giáo phận Xuân Lộc diễn ra; rồi sự kiện được xem đã mang tới niềm hạnh phúc lớn lao cho toàn thể đồng bào Công giáo là chính quyền tỉnh Quảng Trị giao đất tôn giáo cho Trung tâm hành hương Đức Mẹ La Vang để xây Trung tâm hành hương Thánh Mẫu toàn quốc; hay Trung tâm hành hương Tà Pao (giáo phận Phan Thiết) được thừa nhận; Trung tâm hành hương Đức Mẹ Măng Đen (giáo phận Kon Tum) hoàn tất thủ tục cấp đất…

Phía sau những hoa trái mỹ mãn, bóng dáng Hiệp sĩ hiện diện luôn thấp thoáng, dẫu không phải là nhân vật trung tâm nhưng vai trò của ông có thể nói như một chất keo nối kết. Chẳng hạn vào thời điểm đó, có lúc Giáo hội Việt Nam có đến 8 giáo phận trống tòa; việc đào tạo và phong chức Linh mục cũng có những khó khăn nhất định. Về sau, các thiếu hụt này dần được lấp đầy, đó là nhờ sự nỗ lực của nhiều phía và nhiều người, trong đó không thiếu vắng vai trò của người giáo dân nhiệt thành JB Lê Đức Thịnh. Ngoài ra, nhiều công trình, dự án khác nữa của Giáo hội cũng có dấu ấn Hiệp sĩ JB Lê Đức Thịnh tham dự, xúc tiến trong quá trình làm việc. Khi Giáo hội có những điều kiện tốt để hoạt động, khi người người Công giáo hân hoan vui mừng, ở phía sau, Hiệp sĩ lặng lẽ hết mực tạ ơn Thiên Chúa.

Hiệp sĩ Đại Thánh Giá JB Lê Đức Thịnh quan niệm: *"Tôi chọn mối phúc thứ bảy: Phúc cho ai xây dựng hòa bình."* Tâm tình đó được ông gắn vào mình như một hành trang, và là động lực để vượt qua những trở ngại dọc đường kiến tạo. Có thể là sức khỏe, bởi cường độ công việc dồn dập. Có thể là nghi hoặc hay sự cản trở nào dẫn tới không thuận tiện. Cũng có thể là sự chỉ trích, bài xích.

Vì ước muốn dựng xây hòa bình nên, vợ chồng ông luôn nhắc nhau *"Lấy ích lợi của dân tộc và của Giáo hội làm đầu"*. Để có thể hiểu nhau, sự gặp gỡ cởi mở là yếu tố hàng đầu. Ông tinh tế thiết kế tạo nên những nhịp cầu. Ông kiên nhẫn đi trên những lối mở chưa thành đường, rồi vun đắp để mọi người mọi giới gặp nhau trên con đường đó, để thêm thông hiểu và hỗ trợ nhau.

Hàng chục năm ông xuôi ngược, đã có hàng trăm nút thắt lớn nhỏ được mở lối từ con đường gặp gỡ và đối thoại này. Nếu một sự vụ xảy ra do các cơ sở chưa hiểu hết chính sách hay quy định, ông giải thích và hướng dẫn làm tốt hơn, đúng hơn để có tiền đề được giải quyết. Ngoài ra là tạo mối liên hệ thân tình để các bên hiểu nhau hơn, chẳng hạn như năm 2015, ông đã tổ chức cho các nữ tu dòng Ảnh Phép Lạ (giáo phận Kon Tum) ra Hà Nội tham quan. Đoàn các sơ đã được Ủy ban Mặt trận Tổ quốc Việt Nam đón tiếp nồng nhiệt; giao lưu văn nghệ sôi nổi. Mọi khoảng cách hay rào cản từ đó được xóa nhòa. Mặt khác, ông cũng luôn tận dụng các mối quan hệ của mình để khi có điều kiện là mời lãnh đạo các cấp các ngành về thăm các giáo phận, các cộng đoàn, để kịp thời nắm bắt những tâm tư, nguyện vọng hay nhu cầu của người Công giáo, từ đó có hướng hỗ trợ kịp thời.

> *"Tước phẩm Hiệp sĩ được trao ban cho những giáo dân đã tích cực góp phần xây dựng Giáo hội và giúp cho Giáo hội chu toàn sứ mệnh của mình trong những sinh hoạt cũng như mối tương quan xã hội. Trong thời gian qua, anh JB Lê Đức Thịnh đã có nhiều hoạt động nổi bật, thể hiện đường lối như Thư Chung năm 1980 của HĐGMVN dạy là sống Phúc Âm giữa lòng dân tộc. Những đóng góp của anh dù âm thầm nhưng có ý nghĩa không những đối với giáo phận Xuân Lộc, mà còn đối với các giáo phận khác."*
>
> (Trích phát biểu của ĐGM Đaminh Nguyễn Chu Trinh, Giám mục giáo phận Xuân Lộc thời điểm trao Sắc phong của ĐGH cho ông JB Lê Đức Thịnh, 2007)

Một Người Thiện Chí

Phục vụ các nhu cầu của Giáo hội không phân biệt dù ở giáo phận nào trên đất nước, khi có vấn đề cần hỗ trợ, Hiệp sĩ Đại Thánh Giá đều hết mình, trở thành gạch nối hoặc trực tiếp hướng dẫn. Nhờ đó mà nhiều giáo xứ, giáo họ ở các địa phương lần lượt được giải quyết thủ tục để thành lập. Các sinh hoạt tôn giáo dần dà được tạo điều kiện rộng thoáng. Ông không nề hà bất cứ công việc nào, miễn là đem lại hạnh phúc cho người khác.

Còn nhớ khi toàn quốc chịu ảnh hưởng chung bởi cơn đại dịch Covid-19, Hiệp sĩ Đại Thánh Giá đã vận động để tiêm ngừa vắc-xin cho đồng bào Công giáo, từ giới tu sĩ đến bà con giáo dân nhiều địa phương trong Nam, ngoài Bắc. Đức Cha Vinh Sơn Nguyễn Văn Bản, Giám mục giáo phận Hải Phòng, nguyên Giám mục giáo phận Ban Mê Thuột nhớ lại:

"Khi vắc-xin còn hiếm, mọi người còn đang loay hoay tìm nguồn; các Cha các sơ mong muốn được chích ngừa để đi vào dân chúng, dân chúng thì cần tiêm ngừa để bảo vệ bản thân…, thì Hiệp sĩ Đại Thánh Giá JB Lê Đức Thịnh đã chủ động liên hệ. Ông đã giúp giáo phận Ban Mê Thuột trong lúc dịch vào lúc cần thiết nhất. Hiệp sĩ đã xin vắc-xin về cho giáo phận 2 đợt để tiêm ngừa cho tu sĩ và anh chị em giáo dân. Hiệp sĩ nghĩ đến những người nghèo khó vùng cao nguyên cùng với những người phục vụ để tất cả được an tâm về sức khỏe, vượt qua cơn dịch. Nghĩa cử này nói lên tấm lòng bác ái, hướng về tha nhân của Hiệp sĩ JB Lê Đức Thịnh."

Cùng niềm cảm kích trước những sự quan tâm, hỗ trợ trong lúc dịch bùng phát, nữ tu Maria Hoàng Thị Thu Hà, phụ trách dòng Con Đức Mẹ Phù Hộ xác nhận, dòng luôn tri ân Hiệp sĩ vì cống hiến quảng đại, tinh tế, sơ nói.

"Trong cõi lòng của chúng tôi và của những người được Hiệp sĩ trợ giúp luôn lưu giữ hình ảnh đẹp, cao thượng về một người luôn nghĩ đến sự sống và thiện ích cho anh chị em mình. Với vai trò trung gian hỗ trợ, Hiệp sĩ JB Lê Đức Thịnh đã không chỉ giúp các nữ tu dòng tiêm hai mũi vắc-xin và mũi tăng cường, đảm bảo sức khỏe để phục vụ các cộng đoàn."

Cũng trên cao nguyên Trung phần, Linh mục Giuse Đỗ Hiệu, Tổng Đại diện giáo phận Kon Tum cảm nhận được sự liên lỉ của Hiệp sĩ JB Lê Đức Thịnh trong việc "bắc cầu yêu thương", khá rõ nét:

"Với giáo phận Kon Tum, nơi có đông đảo đồng bào sắc tộc là những chị em có đời sống kinh tế còn khó khăn, Hiệp sĩ Thịnh có những chia sẻ với người nghèo, người kém may mắn. Ngay cả các tu sĩ cũng được giúp đỡ, đáng kể như sự trợ giúp dòng Ảnh Phép lạ nhiều mặt. Hơn thế, điều đáng ghi nhận là Hiệp sĩ đã đóng vai trò cầu nối góp phần thúc đẩy mối quan hệ giữa chính quyền và giáo phận ngày một tốt đẹp, làm hiểu nhau hơn. Từ đó, những khúc mắc được mở ra. Trong suốt thời gian qua, cách làm việc của Hiệp sĩ đã tạo được ấn tượng, niềm tin cho cả phía chính quyền và giáo phận."

Kinh nghiệm từ thực tiễn mà Hiệp sĩ Đại Thánh Giá rút ra và luôn áp dụng cho các công việc, đó là phải đối thoại chân thành: *"Nếu như không đối thoại, không chịu gặp gỡ để giải quyết những bất cập thì bao giờ mới có thể phát triển được? Và rồi, cuối cùng Giáo hội phát triển bằng cách nào?"*

Ở tầm vĩ mô, Hiệp sĩ Đại Thánh Giá JB Lê Đức Thịnh có sự liên hệ mật thiết trong ngoại giao Việt Nam - Tòa Thánh, có một phần đóng góp giúp thay đổi nhận thức của hai bên và thúc đẩy mối quan hệ song phương ngày một tiến xa hơn. Người tông đồ JB Lê Đức Thịnh không chỉ để lại ấn tượng tốt đẹp trong lòng nhiều vị Giám mục hay giới tu sĩ, mà còn là người công dân uy tín đối với các vị lãnh đạo nhà nước. Đức Giám mục JB Bùi Tuần - nguyên Giám mục GP Long Xuyên – người biết khá rõ về những công việc của Hiệp sĩ Đại Thánh Giá JB Lê Đức Thịnh đã làm, nhận xét:

"Ông JB Lê Đức Thịnh là một người tốt. Ông đã làm được nhiều việc cho đất nước cũng như cho Giáo hội tại Việt Nam. Ông có tấm lòng và miệt mài thiết lập những

nhịp cầu đại đoàn kết, để khéo léo tháo gỡ nhiều vấn đề tưởng chừng như bế tắc. Ông xứng đáng được ghi nhận."

Còn Linh mục Đaminh Ngô Công Sứ, Quản hạt Gia Kiệm – GP Xuân Lộc – thì nói về người bạn lâu năm của mình rất tình cảm:

"Tôi với Hiệp sĩ Thịnh là bạn lâu năm của nhau, cũng ngót nghét gần 40 năm. Tôi thấy ở ông Thịnh sự chân thành, lòng thương người và tinh thần trách nhiệm với đất nước, với Giáo hội. Có thể nói, đây là một người bạn tốt và rộng lượng với tha nhân, gắn bó xuyên suốt với nhiều đấng bậc để làm cho mọi sinh hoạt của Hội Thánh ngày càng trôi chảy, triển nở…"

Trong mắt những anh chị em giáo dân, nhất là người nghèo, hình dáng Hiệp sĩ đã trở nên quen thuộc bởi những chuyến bác ái. Mở rộng hơn nữa, Hiệp sĩ Đại Thánh Giá cũng là người bạn của các vị chức sắc, tôn giáo khác. Lối ứng xử nhiệt tình, giản dị và gần gũi trong giao tiếp đã tạo thiện cảm với nhiều người. Đặc biệt, lối sống và làm việc dựa trên mấu chốt là đối thoại chân thành khiến Hiệp sĩ Đại Thánh Giá cũng trở nên cầu nối, giải quyết một số vấn đề giúp các tôn giáo bạn ở nơi này, nơi khác. Với ông, phương châm sống, nói một cách dân dã có thể là: "Tứ hải giai huynh đệ."

Tinh thần cốt lõi của đạo Công giáo: yêu thương, hòa hợp, không loại trừ ai là suy nghĩ xuyên suốt, in hằn trong tâm người Hiệp sĩ. Vì lẽ đó, sẽ không quá lời khi nói rằng, con đường ông đi mang đến nhiều thành quả cho Giáo hội cũng như cho dân tộc, tràn ngập niềm vui, sự chia rẽ bỏ lại sau lưng. Trên khắp miền xuôi ngược, hễ có dịp chuyện trò cùng đồng bào hay bất kỳ ai, Hiệp sĩ JB Lê Đức Thịnh đều dùng sự chân thành chia sẻ và nhắn nhủ cùng xây đắp quê hương Việt Nam phồn vinh.

> *"Gởi hiền tử JB Lê Đức Thịnh: Cha biết con đã có công rất nhiều với Giáo hội. Để chính thức biểu lộ bằng chứng cụ thể lòng ưu ái của Cha đối với con, Cha sẵn sàng chấp nhận lời thỉnh cầu việc tuyển chọn, thiết đặt và công bố* ***JB Lê Đức Thịnh*** *thuộc giáo phận Xuân Lộc là* ***Hiệp sĩ Đại Thánh Giá*** *phẩm hàm Thánh Gregorio Cả, bậc giáo dân."*
>
> (Trích Sắc phong Hiệp sĩ Đại Thánh Giá tại Roma 12.6.2007 cho ông JB Lê Đức Thịnh của ĐGH Benedicto 16)

Hơn hai mươi năm trước, lúc chưa phải là một Hiệp sĩ được Tòa Thánh công nhận, ông JB Lê Đức Thịnh đã âm thầm dựng xây quê hương và Giáo hội. Rồi khi vinh dự được trao nhẫn và huy hiệu trên ngực, Hiệp sĩ Đại Thánh Giá đã tiếp tục sứ mệnh gieo rắc yêu thương, làm sáng đẹp tinh thần mến Chúa, yêu người như giáo lý Hội Thánh Công giáo dạy. Tất cả, như lời ông chia sẻ để đạo-đời nối kết, những giá trị tốt đẹp được tỏa lan.

Sẽ là thiếu sót nếu nhắc đến vai trò của Hiệp sĩ Đại Thánh Giá JB Lê Đức Thịnh mà không kể về người bạn đời của ông cũng được phong tước phẩm Nữ Hiệp sĩ Đại Thánh Giá Anna Nguyễn Thị Kim Yến. Bà chính là người đồng hành suốt những chặng đường, cùng chứng kiến và nếm trải những khó khăn, bị hiểu lầm của chồng.

Nhớ lại quãng đường dài lắm chông chênh, vui buồn, bà xúc động:

"Hồi đó, Chúa cho làm ra của cải bao nhiêu chúng tôi đều nghĩ để lo việc Giáo hội. Cũng có khi thật mệt vì phải di chuyển suốt, làm nhiều việc quan trọng. Có lúc tưởng chừng như khủng hoảng, chỉ biết xin ơn Chúa soi sáng, gia tăng sức mạnh. Nhớ lần ra La Vang, đến gặp gỡ chính quyền và Tòa Giám mục để bàn cách xử lý, giao đất cho trung tâm hành hương. Vừa tới sân bay, chúng tôi vội vã đi xe ra thẳng chân Linh đài Đức Mẹ cầu nguyện, xin cho mọi sự suôn sẻ, mặc kệ hành lý còn chưa mang tới chỗ nghỉ, mặc kệ có đang mệt.

Rồi những nỗ lực đã được đền đáp, nhà nước cấp đất cho La Vang, trung tâm được xây dựng; năm 2014, chính quyền còn làm 2 con đường trải nhựa đi vào trung tâm theo đề nghị của Tòa Tổng Giám mục Huế và sự thỉnh cầu của Hiệp sĩ JB Lê Đức Thịnh. Chúng tôi xem những thành quả đó là niềm động lực. Ngày hôm nay, rõ ràng đã có một trung tâm hành hương quy mô toàn quốc và hai con đường phẳng lì, đẹp đẽ phục vụ toàn thể tín hữu."

LHL

(Công giáo Việt Nam,
Thứ ba, 11/07/2023)

MỘT GIÁO DÂN ĐƯỢC VATICAN ƯU ÁI ĐẶC BIỆT

Bùi Thanh Thủy

Phải giới thiệu ngay rằng, ông chỉ là một giáo dân bình thường, cùng gia đình sinh sống tại Quận 7, Saigon; và có phần trong một vài doanh nghiệp nhỏ hoạt động trong lĩnh vực chế biến nông sản, hoặc thi công xây dựng nhà dân dụng. Ông không có chức vị gì trong giáo hội công giáo Việt Nam, không có vị trí gì trong Ủy ban Đoàn Kết Công giáo thuộc Mặt trận Tổ quốc, hoặc bất cứ tổ chức chính trị nào trong xã hội hiện nay.

Bố mẹ ông đã từ miền Bắc di cư vào Nam, sống nghề nông rẫy tại vùng Gia Kiệm (Long Khánh cũ, nay thuộc Đồng Nai), Đây là một vùng có nhiều xứ đạo toàn tòng, và Bố ông đã từng tham gia lực lượng Nghĩa quân tại chỗ. Mãi tới năm 1961 mới có Ông.

Học chưa xong phổ thông, Ông vào Trung học sư phạm, dạy học được vài năm thì xa nghề; lên Saigon ra vỉa hè, lề đường kiếm sống. Cuộc sống bươn chải này, lại là cơ duyên để Ông kết thân với một vài Linh mục trẻ, có hoài bão, nhiều trăn trở trước thực tế của giáo hội trong lòng xã hội mới. Ông từng bước dấn thân âm thầm vào những việc mà hầu hết cho tới nay rất nhiều người cả trong và ngoài giáo hội không thấu hiểu, bởi Ông không hề lên tiếng, và cũng không hề tìm thấy ở bất cứ nhà thờ, đền thánh nào có biển ghi sự đóng góp vật chất, hay công trạng gì của Ông.

Điều quan trọng là mọi việc Ông làm đều được Tòa thánh Vatican ghi nhận và đánh giá rất cao, có thể là do từ hàng giáo phẩm là các Giám mục địa phương hay Hội đồng Giám Mục Việt Nam (?)

Ông và gia đình đã nhiều lần được diện kiến với các vị Giáo Hoàng Benedicto 16, Francico.

Ông cũng từng nhiều dịp làm việc, hay chung sống cận kề các vị Hồng Y, các chức sắc cao cấp trong giáo triều, từ Hồng Y Quốc Vụ Khanh tới các Hồng Y Tổng Trưởng Thánh bộ, và từ đó phát triển tình bạn thân thiết, và giúp nhau làm việc về thiện ích chung có hiệu quả một cách tích cực.

Ông bà chỉ có một ái nữ. Cuối năm 2019, ngày cô thành hôn, Vatican đã cử vị Hồng Y Peter Turkson là Tổng trưởng Bộ Phát triển Nhân Bản Toàn Diện sang Việt Nam để cử hành thánh lễ hôn phối, và trao Chứng hôn cùng Phép lành Tòa Thánh do chính Đức Giáo Hoàng Francis ấn ký, trước mặt hàng trăm Linh mục đồng tế và hàng ngàn giáo dân xứ đạo Phúc Nhạc (Gia Kiệm, nơi Ông sinh ra và lớn lên).

Hai HSĐTG JB. Lê Đức Thịnh và Anna Nguyễn Thị Kim Yến cầu nguyện trước linh hài Đức Benedicto 16 tại Thánh đường Phêrô ngày 03/01/2023.

Dịp tang lễ Đức Giáo Hoàng Benedicto 16 (tháng /2022), chỉ có Ông Bà, và vợ chồng ái nữ là những giáo dân Việt Nam được vào tận nơi đặt linh hài của ngài.

Hiện nay, tại tư gia của Ông còn được vinh dự lưu giữ một số kỷ vật đặc biệt do Tòa Thánh Vatican trao cho. Đó là các di vật của Cố Hồng Y Nguyễn Văn Thuận, gồm: một chén lễ, một áo trắng nút đỏ, Thánh Giá và cỗ tràng hạt; các cây bút được sử dụng để ký kết các văn bản sau các cuộc họp giữa Phái đoàn Vatican và Nhà nước Việt Nam liên quan tới quá trình thiết lập quan hệ bình thường giữa hai bên.

Đứng trước tượng Mẹ La Vang do chính HSĐTG JB. Lê Đức Thịnh mang từ Việt Nam qua đặt tại mộ Đức Hồng Y FX. Nguyễn Văn Thuận, Roma, ngày 03/7/2013

"Vị "đại sứ " vô danh?

Tháng 7/2022 vừa qua, Tòa thánh Vatican và chính phủ Việt Nam đã có thỏa thuận quan trọng trong quan hệ ngoại giao. Đó là Vatican được chính thức bổ nhiệm một vị Đại diện Đức Giáo Hoàng thường trú tại Việt Nam, bước khởi đầu cho việc thiết lập tòa Khâm sứ, rồi Sứ thần (Đại sứ). Đây cũng là kết quả của nhiều năm thương thảo, mà chính thức và công khai là sau 10 cuộc làm việc giữa hai phái đoàn lần lượt tại Vatican, Hanoi; đoàn Tòa thánh đầu tiên do Hồng Y Etchagary.

Tượng Mẹ La Vang do chính HSĐTG mang từ Việt Nam qua Roma ngày 03/7/2013 và được đặt tại mộ Đức Hồng Y FX Nguyễn Văn Thuận, Nguyên Chủ Tịch Ủy Ban Công Lý - Hòa Bình của Tòa Thánh Vatica.

Ngoài các cuộc tiếp xúc, thương thảo chính thức và công khai giữa hai phái đoàn của Tòa thánh và Chính phủ Việt Nam, còn có những cuộc tiếp xúc không công khai, chính thức khác nữa như mọi thông lệ ngoại giao quốc tế. Tiến trình phát triển mối quan hệ giữa Vatican và Hà Nội hẳn cũng không thể thiếu các kênh tiếp xúc như vậy trước khi có những thông báo công khai về các kết quả cụ thể.

Theo không ít người có được những thông tin khả tín, Hiệp sĩ Đại Thánh Giá JB Lê Đức Thịnh đã như một vị "đại sứ" không có ủy nhiệm thư chính thức từ một phía đối tác nào Vatican hay Hà Nội, nhưng ông đã có những chia sẻ tích cực cho hai bên, từ đó thúc đẩy các đối thoại chân thành, cởi mở. Những chia sẻ đó đến từ các cuộc gặp gỡ giữa HS ĐTG với giáo triều, với các quan chức chính quyền Việt Nam, và từ kinh nghiệm thực tiễn của ông trong những đối thoại và phục vụ./-

BTT

Hình Ảnh Phụ Lục II

VATICAN
THÀNH THÁNH ROMA

Hai HSĐTG và ái nữ diện kiến Đức Giáo Hoàng Francis.

Hiệp Sĩ ĐTG Lê Đức Thịnh và gia đình đã nhiều lần được đến Thành Thánh Roma, Vatican. Không chỉ như là những khách hành hương mong có dịp diện kiến Đức Giáo Hoàng, vị Cha Chung của giáo hội hoàn vũ, mà ông bà còn là những vị khách đặc biệt của giáo triều.

Gia đình HS ĐTG đã vinh dự được các Đức Thánh Cha Benedicto16, Francisco yêu thương đón tiếp ngay tại nơi các ngài sống và làm việc. Nhiều Hồng Y Bộ trưởng các Thánh bộ của giáo triều cũng có các cuộc gặp gỡ, trao đổi và khích lệ công việc làm của HS ĐTG, như Hồng Y Pietro Parolin (Quốc Vụ Khanh), Hồng Y Peter Turkson (Bộ trưởng Bộ Phát triển Nhân bản Toàn Diện), Tổng Giám Mục Leopoldo Girelli (Đại diện Đức Thánh Cha tại Việt Nam), các đoàn Tòa Thánh sang làm việc với chính phủ Việt Nam nhằm tiến tới quan hệ bình thường giữa hai bên.

Dịp tang lễ Đức Thánh Cha Benedicto, gia đình HS ĐTG Lê Đức Thịnh cũng vinh dự được đến cầu nguyện gần linh hài ngài.

Đích thân Đức Hồng Y Peter Turkson từ Roma sang Việt Nam chủ sự thánh lễ hôn phối cho ái nữ của HS ĐTG Lê Đức Thịnh, thể hiện tình yêu thương quý mến Tòa thánh dành cho gia đình HS ĐTG.

SECRETARIAT OF STATE

FIRST SECTION - GENERAL AFFAIRS

From the Vatican, 30 August 2012

Dear Mr. Lê Đức Thịnh,

The Holy Father wishes me to express his gratitude for your letter and the gift of a DVD containing photographs and films of the various activities which you have helped to organize for the promotion of the spiritual life among your fellow Catholics in Vietnam. He appreciates the devoted sentiments which prompted you to write and to share news of your apostolate.

His Holiness will remember you and your family in his prayers. Invoking upon you joy and peace in our Lord Jesus Christ, he cordially imparts his Apostolic Blessing.

I am also enclosing a rosary for you which the Holy Father has blessed, along with one for your wife and daughter.

Yours sincerely,

Peter B. Wells

Monsignor Peter B. Wells
Assessor

Mr. John Baptist Lê Đức Thịnh
c/o Bishop's House
B.P. 11
Y 20 Hung Vuong Street
Xuan Loc
Long Khanh
Dong Nai

BẢN DỊCH LÁ THƯ CỦA GIÁM MỤC PETER B. WELLS

Vatican, ngày 30 tháng 8 năm 2012

Gởi Ông Lê Đức Thịnh,

Đức Thánh Cha mong muốn tôi biểu lộ lòng biết ơn của Ngài vì lá thư và món quà là những thước phim về những hoạt động mà Ông đã giúp đỡ để thúc đẩy cuộc sống tinh thần trong Cộng đồng Công giáo Việt Nam. Đức Thánh Cha đánh giá cao tấm lòng chân thành đã thúc đẩy Ông viết và chia sẻ những tin tức về hoạt động tông đồ của Ông.

Đức Thánh Cha sẽ nhớ Ông và gia đình trong những lời cầu nguyện của Ngài. Nguyện xin Thiên Chúa luôn tuôn tràn niềm vui và hạnh phúc cho Ông; Ngài thân ái ban phép lành Giáo Hoàng của Ngài cho Ông.

Tôi cũng gởi kèm theo chuỗi tràng hạt đã được Đức Thánh Cha làm phép để ban cho Ông cùng vợ và con gái ông.

Trân trọng

(ký tên)

Giám mục Peter B. Wells

Hai HSĐTG JB Lê Đức Thịnh và Anna Nguyễn Thị Kim Yến (phu nhân) viếng thăm Đức Francis, trước phòng riêng của ngài.

HSĐTG và gia đình diện kiến Đức Thánh Cha Benedicto 16, ngày 24/9/ 2008.

HSĐTG Lê Đức Thịnh cùng gia đình diện kiến Đức Thánh Cha Francis, ngày 02/5/ 2018.

HSĐTG Lê Đức Thịnh trong quốc phục VN diện kiến Đức Thánh Cha Francis, ngày 02/5/ 2018.

Hai HSĐTG trong lễ phục VN Đón chào Đức Thánh Cha Francis.

Đức Francis vui tươi đón cô Lê Thiên Linh ái nữ của HSĐTG.

Đức Hồng Y Pietro Parolin Quốc Vụ Khanh Tòa Thánh vui vẻ chào HSĐTG Lê Đức Thịnh đến Vatican.

HSĐTG Lê Đức Thịnh với Đức Hồng Y Pietro Parolin Quốc Vụ Khanh Tòa Thánh Vatican, ngày 22/12/2022.

Hai HSĐTG JB Lê Đức Thịnh và phu nhân với Đức Hồng Y Pietro Parolin Quốc Vụ Khanh Tòa Thánh.

Gia đình HSĐTG Lê Đức Thịnh diện kiến Đức Hồng Y Pietro Parolin Quốc Vụ Khanh Tòa Thánh Vatican, ngày 22/12/2022.

Một bữa ăn sáng cùng với Đức Hồng Y Pietro Parolin Quốc Vụ Khanh và các viên chức Tòa Thánh Vatican.

Gia đình HSĐTG với Đức Hồng Y Peter Turkson, Bộ Trưởng Bộ Phát Triển Nhân Bản Toàn Diện của Tòa Thánh, năm 2013.

Với Đức Hồng Y Peter Turkson, Viện Trưởng Viện Khoa Học & Chưởng Ấn các trường Đại Học thuộc Giáo Hoàng (23-12-2022)

Gia Đình HSĐTG với Đức Hồng Y Peter Turkson, Viện Trưởng Viện Khoa Học & Chưởng Ấn các trường Đại Học thuộc Giáo Hoàng.

Gia Đình HSĐTG cầu nguyện bên linh hài Đức Giáo Hoàng Benedicto 16.

Gia Đình HSĐTG dự lễ giỗ và viếng mộ phần Đức Cố Hồng Y F.X. Nguyễn Văn Thuận tại Roma, 2008.

Với Đức Tổng Giám Mục Leopoldo Girelli đại diện Đức Thánh Cha tại Việt Nam.

(Hình trên:) Đức Hồng Y Peter Turkson cử hành Thánh Lễ Hôn Phối và (hình dưới:) trao Phép lành của Đức Thánh Cha cho vợ chồng của ái nữ HSĐTG tại nhà thờ Giáo xứ Phúc Nhạc.

HẠNH PHÚC TRONG GIAN KHÓ

Dạ Yến

Hành trình về những vùng nghèo khó của Hiệp sĩ Đại Thánh Giá Lê Đức Thịnh mang theo thông điệp của yêu thương, đoàn kết. Bằng nỗ lực và ý chí tìm hạnh phúc từ trong gian khó để vươn lên.

1.

Người có ý chí mạnh mẽ luôn tìm được hạnh phúc trong gian khó. Chúng tôi đã tìm thấy điều này ở ***Mái ấm Nhân Hậu, Mái ấm Tình Mẹ 2*** thuộc Dòng Thừa Sai Bác Ái Chúa Kitô, Nhà Tình thương Giáo xứ Búng thuộc Dòng Hiền Sĩ Đức Mẹ Vô Nhiễm và một Mái ấm của Dòng Phaolo trên địa bàn tỉnh Bình Dương.

Mỗi người một số phận nhưng khi đã phải nương tựa vào đây, đều là cùng khổ. Sơ Nguyễn Thị Kim Anh, Mẹ Bề trên phụ trách Cộng đoàn Mẹ Thiên Chúa - *Mái ấm Tình Mẹ 2* chỉ nói rằng, "thương lắm". Vì những người già cô đơn, bệnh tật không thể tự chăm sóc mình, những đứa trẻ mồ côi không có gia đình hay những thai phụ cơ nhỡ còn ngơ ngác ở tuổi vị thành niên…

Tâm Đăng là một ví dụ. Cậu bé có đôi mắt trong veo, sâu thẳm, thi thoảng lại ngước nhìn chúng tôi. Cách đây 6 năm, vào một đêm cậu bé được sinh ra và bị để lại bên vệ đường gần Mái ấm Tình Mẹ 2, trong tình trạng yếu ớt, người đầy vết bầm tím. Cậu bé như được sinh ra thêm lần nữa khi được các sơ cứu sống, nuôi nấng, trao cho một cơ hội đổi đời.

Tâm Đăng giờ đây được các sơ chuẩn bị hành trang để bước vào lớp 1. Và em chỉ là một trong hàng trăm trẻ mồ côi tại những mái ấm này. Những đứa con dù chưa một lần sinh ra nhưng được các sơ yêu thương như người mẹ. Mái ấm của các sơ đã trở thành mái nhà chở che cho biết bao phận người không phân biệt tôn giáo, dân tộc. Hạnh phúc được tìm thấy từ chính đời sống phục vụ tràn đầy yêu thương. Và yêu thương lại gieo mầm, nâng đỡ cho những khốn khó tìm thấy hạnh phúc.

Đối với Hiệp sĩ Đại Thánh Giá Lê Đức Thịnh, Dòng Thừa Sai Bác Ái Chúa Kitô là một cái tên đã nhắc lại cho ông nhiều ký ức về đợt đại dịch Covid-19. Khi biết được Dòng Thừa Sai Bác Ái Chúa Kitô có 189 người bị nhiễm bệnh gồm 58 sơ và 131 em cô nhi cùng các thai phụ cơ nhỡ, chưa một ai được tiêm vắc-xin ngừa Covid-19, ông đã kêu gọi các bác sĩ, nhân viên y tế Bệnh viện Đa khoa Quốc tế Nam Sài Gòn đến nhà dòng và mái ấm khám, làm xét nghiệm, hỗ trợ thuốc men cho những người bị nhiễm và tiêm vắc-xin cho các trường hợp đang cần.

Ngay lúc ấy ông cũng đã nảy ra ý tưởng xin Nhà nước hỗ trợ tiêm vắc-xin riêng cho các cơ sở tôn giáo, bởi tính chất đặc thù của các cơ sở này hầu hết đều đang nuôi dưỡng người già neo đơn, trẻ mồ côi, thai phụ cơ nhỡ nên việc đi lại xếp hàng chờ đến lượt sẽ khó khăn hơn những nơi khác. Lời đề nghị hỗ trợ vắc-xin của Hiệp sĩ Đại Thánh Giá Lê Đức Thịnh liền được lãnh đạo các cấp tạo điều kiện, cấp 15.000 liều vắc-xin Pfizer. Ngay sau đó, ông kêu gọi lãnh đạo Bệnh viện Đa khoa Quốc tế Nam Sài Gòn đưa nhân viên y tế đến tận các cơ sở tôn giáo tiêm cho các Linh mục, tu sĩ nam nữ và tăng ni Phật tử.

Gần 100 chuyến xe lăn bánh, phục vụ vô vị lợi, bất kể giờ giấc cho khoảng 50 cơ sở tôn giáo, dòng tu ở TPHCM, Bình Dương, Đà Lạt, Buôn Mê Thuột, Bà Rịa-Vũng Tàu, Bến Tre, Bình Thuận, Quy Nhơn, Bình Định. Và trong những ngày cuối năm 2023 vừa rồi, Hiệp sĩ Đại Thánh Giá Lê Đức Thịnh đã được trao tặng Bằng khen của Thủ tướng Chính phủ vì có nhiều thành tích xuất sắc trong công tác phòng, chống dịch Covid-19 trên địa bàn TP. HCM.

Gặp lại Hiệp sĩ Đại Thánh Giá Lê Đức Thịnh, các sơ Dòng Thừa Sai Bác Ái Chúa Kitô ở Bình Dương ai cũng xúc động nhắc tới một *"Hiệp sĩ với cánh tay rộng mở và trái tim yêu thương"* đã cho đi rất nhiều. Nhưng với ông, sự hy sinh làm nên nghĩa tình, những gì cho đi, chỉ mong nhận lại lời cầu nguyện của mọi người, như vậy là đủ.

Nhiều Tác Giả

Bởi Hiệp sĩ Đại Thánh Giá Lê Đức Thịnh cho rằng, chính cuộc đời dấn thân vì người nghèo khổ của các sơ đã làm chứng cho tình yêu Thiên Chúa, giúp ông có thêm động lực để bước tiếp hành trình của mình như lời bài hát Thánh ca "Đẹp thay": *"Ôi đẹp thay, những bước chân gieo mầm cứu rỗi / Ôi đẹp thay những bước chân rảo khắp nẻo đường / Ai gieo trong lệ sầu sẽ gặt trong vui sướng / Ai gieo trong nước mắt sẽ về trong tiếng cười."*

2.

Những ngày này, trên con đường quốc lộ 14 chạy dọc các tỉnh Tây Nguyên, thênh thang trải gió ngàn trong nắng trời rực rỡ, bạt ngàn hoa dã quỳ, hoa cà phê, hoa đào. Những cánh hoa mạnh mẽ vươn lên trong cái nắng cái gió, khoác lên mình một vẻ đẹp đầy sức sống mãnh liệt trên vùng đất bazan.

Sức sống mãnh liệt ấy chúng tôi lại được bắt gặp trong những đôi mắt sáng hiền hòa của các sơ là người dân tộc Giarai, Bahnar, Rơngao, Xơđăng… ở Hội Dòng ảnh Phép lạ. Hội Dòng Ảnh Phép lạ – một tên gọi mà trên thế giới cũng ít người nghe đến lại là một Hội dòng chỉ chuyên dành cho các thiếu nữ người dân tộc thiểu số vùng Tây Nguyên, đặc biệt ở Kon Tum- giáo phận lâu đời nhất ở Tây Nguyên. Nơi đây đang nuôi dưỡng gần 1000 trẻ mồ côi và trẻ em nghèo tại 6 mái ấm Vinh Sơn và các Cộng đoàn nội trú.

Có những ngày các sơ gần như kiệt sức khi phải lo từng bữa ăn, giấc ngủ cho hàng trăm đứa trẻ vậy mà chưa khi nào nản lòng, chưa khi nào từ bỏ. Hàng chục năm qua, từ các mái ấm, nhiều em nhỏ đã trở thành giáo viên, y tá… Có những điều kỳ diệu ngỡ chỉ có trong cổ tích đã thành hiện thực. A Long – cậu bé từng bị gia đình chôn sống theo mẹ khi vừa mới sinh ra là một ví dụ. Trẻ em mồ côi và nghèo khó được các sơ dòng Ảnh Phép Lạ chăm sóc, nuôi dưỡng tại Vinh Sơn.

3.

17 năm về trước, mẹ sinh A Long được 6 ngày thì mất. Gia đình và dân làng quyết định chôn cậu bé theo mẹ để được bình an! Cũng may, một người dân trong làng biết vậy bèn bí mật báo cho Sơ Y Deo thuộc Hội Dòng ảnh Phép lạ. Hai người đã đào bới ngôi mộ để đưa A Long lên trong tình trạng tím tái, đầy máu. Sơ Y Deo đã tự tay tắm rửa cho cậu bé và mang về Nhà Vinh Sơn 1, nuôi nấng cho đến tận bây giờ.

Ngay từ lúc cậu bé còn nằm trong nôi ở Vinh Sơn 1, sơ Y Văn đã có một tình cảm đặc biệt, càng lớn lên cậu bé lại càng quấn quýt bên sơ. A Long có cơ địa yếu và bị tim bẩm sinh. Khi cậu bé được 1 tuổi rưỡi, nhân có chương trình Trái Tim cho em, sơ Y Văn đã đưa A Long xuống Đà Nẵng ở 3 tháng trời tại Bệnh viện Hoàn Mỹ để làm phẫu thuật. Tình thương vô bờ của Y Văn khiến cậu bé luôn nghĩ sơ là mẹ. Bởi vậy câu đầu tiên khi A Long biết nói là gọi sơ Y Văn bằng mẹ.

Sơ Y Văn đã giải thích với A Long rằng sơ không phải mẹ mà chỉ là Giá (tiếng dân tộc Giá có nghĩa là sơ) nhưng cậu bé khăng khăng cho rằng "mẹ là mẹ của con". Mãi sau này khi lớn lên A Long mới hiểu và chịu gọi sơ Y Văn là Giá. A Long hiện đang ở Cộng đoàn Nội trú thôn Konrơbăng, nơi sơ Y Văn đang là phụ trách.

8 năm về trước, chúng tôi gặp A Long tại Mái ấm Vinh Sơn 1 đúng lúc cậu bé bị sốt xuất huyết, ngồi lọt thỏm trong lòng sơ Y Văn. Còn giờ đây, A Long đã trở thành một thanh niên khỏe mạnh, và theo chân sơ Y Văn đi khắp các bản làng.

Có một kho tàng yêu thương trong cuộc sống vô cùng lớn lao đó là lòng yêu thương của người mẹ. Tình yêu của mẹ dành cho con là một tình yêu cao cả nhất không gì có thể đong đếm hay so sánh được. Nhưng sự thật lại có những điều lớn lao hơn thế ở ngay tại đây, trong trái tim của những nữ tu sĩ Dòng Ảnh Phép lạ với đời sống phục vụ tràn đầy yêu thương đã tìm tới khắp các bản làng, thu phục nhân tâm, trao cho những đứa trẻ không may mắn một cơ hội thay đổi cuộc đời.

Với Hiệp sĩ Đại Thánh Giá Lê Đức Thịnh, trong tình cảm sâu lắng nhất, nơi ông luôn hướng về chính là Dòng ảnh Phép lạ. Bởi thế, ngày trở lại là ngày hội ngộ mừng vui trào nước mắt, nhất là với những sơ đã về hưu, như sơ Y Phưng, nguyên Thư ký của Dòng ảnh Phép lạ nói, *"không có Hiệp sĩ, nhà dòng không thể phát triển được như ngày hôm nay"*. Hiệp sĩ Lê Đức Thịnh xúc động cúi đầu cảm tạ các sơ, từ già đến trẻ, trong đó có nhiều sơ đã không còn nữa, hàng chục năm qua, trên mảnh đất này, các sơ đã sống một cuộc đời tận hiến.

**

Nhiều kỷ niệm được nhắc lại nhưng nhớ nhất là chuyến thăm miền Bắc của các nữ tu Dòng ảnh Phép lạ vào cuối năm 2014 mà Hiệp sĩ Đại Thánh Giá Lê Đức Thịnh đứng ra tổ chức. Đây là lần đầu tiên các sơ rời mảnh đất Tây Nguyên nên chuyến đi như là sự khám phá về một "thế giới mới" mà các sơ chỉ được nhìn qua truyền hình. Các sơ được tận mắt thấy Thủ đô của đất nước, được cảm nhận cảnh đẹp của từng vùng miền và được lãnh đạo các địa phương, lãnh đạo MTTQ Việt Nam, lãnh đạo Ban Tôn giáo Chính phủ và các Đức Giám mục, các Tòa Giám mục phía Bắc đón tiếp nhiệt tình, chu đáo.

Chuyến đi đã làm thay đổi nhận thức của các sơ rất nhiều, không chỉ về đất nước, mà còn về tình cảm gắn bó yêu thương, sự trân trọng giữa người miền xuôi và người miền ngược, làm cho các sơ ý thức trách nhiệm hơn về tình đoàn kết giữa đồng bào các dân tộc trong khối đại đoàn kết, trách nhiệm hơn trong việc giữ gìn mảnh đất Tây Nguyên thiêng liêng của Việt Nam.

4.

Giáo phận Kon Tum là một trong những giáo phận lâu đời nhất ở Tây Nguyên. Đạo Công giáo chỉ mới có mặt ở Việt Nam chưa đầy 5 thế kỷ nhưng tôn giáo này đã để lại dấu ấn đậm nét trong lịch sử nước nhà. Đặc biệt những chính sách của Đảng, Nhà nước về tôn trọng tự do tín ngưỡng, tôn giáo cùng với đường hướng gắn bó, đồng hành của dân tộc của Giáo hội Công giáo Việt Nam và quan hệ Việt Nam - Vatican ngày càng tiến triển tốt đẹp đã tác động tích cực đến mọi mặt đời sống của đồng bào Công giáo.

Trong Thư gửi Cộng đoàn Công giáo Việt Nam nhân sự kiện Việt Nam và Tòa Thánh Vatican công bố và thông qua Quy chế Văn phòng đại diện thường trú tại Việt Nam,

Giáo Hoàng Francico đã cho rằng, việc thực thi bác ái trong đời sống thể hiện căn tính của một người công giáo tốt và công dân tốt; trong mọi nơi và ở bất kỳ hoàn cảnh nào, các Kitô hữu được mời gọi lắng nghe tiếng than khóc của người nghèo khổ. Chính tinh thần này đã không ngừng thúc đẩy cộng đoàn Công giáo của Việt Nam có những đóng góp tích cực và ý nghĩa để phục vụ dân tộc, đặc biệt trong đại dịch Covid-19. Người công giáo Việt Nam đã đồng hành với sự phát triển của xã hội và đóng góp vào sự phát triển ấy với tư cách là những tín hữu có trách nhiệm và đáng tin.

**

Hơn 20 năm qua, kinh doanh dư được đồng nào, Hiệp sĩ Đại Thánh Giá Lê Đức Thịnh lại đem tiền đi giúp đỡ người nghèo, nhất là đồng bào dân tộc thiểu số còn gặp nhiều khó khăn. *"Bước chân tới đâu là lo cho người nghèo tới đó. Chúa cần chúng tôi ở những điều này"* Hiệp sĩ Đại Thánh Giá Lê Đức Thịnh luôn nhắc tới sứ mệnh này như một sợi chỉ đỏ xuyên suốt trên hành trình bác ái của ông và những người bạn đồng hành. Ở những vùng nghèo khó, ông không chỉ mang đến sự giúp đỡ về vật chất mà còn mang theo thông điệp của yêu thương, đoàn kết. Bằng nỗ lực và ý chí tìm hạnh phúc từ trong gian khó để vươn lên.

Tại huyện Sa Thầy – huyện miền núi biên giới trên địa bàn tỉnh Kon Tum. Đây là một trong những huyện có mật độ dân số thấp nhất Việt Nam, dân số (năm 2019) chỉ khoảng 49.914 người, mật độ dân số 35 người/km^2. Trong cuộc gặp gỡ với lãnh đạo đảng, chính quyền, Hiệp sĩ Đại Thánh Giá Lê Đức Thịnh cho rằng, ông mang danh là Hiệp sĩ Đại Thánh Giá của Tòa thánh Vatican, nhưng trên hết là công dân của Việt Nam.

> ***Là công dân của Tổ quốc thì phải có nhiệm vụ phụng sự Tổ quốc và nhân dân. Là giáo dân của Công giáo thì phải lan tỏa tình yêu thương mà Thiên Chúa đã răn dạy.***
> (Hiệp sĩ Đại Thánh Giá Lê Đức Thịnh)

Sa Thầy là một địa phương có nhiều dân tộc cùng sinh sống, nhưng nhờ tinh thần đoàn kết dân tộc, đoàn kết tôn giáo đã trở thành một khối thống nhất và hết lòng yêu thương, nâng đỡ nhau. Nhờ vậy, từ một vùng đất dù còn rất nhiều khó khăn nhưng Sa Thầy đang nỗ lực vươn lên với những tiềm năng của mình.

Mang tới những phần quà Tết cho người nghèo ở huyện Sa Thầy, Hiệp sĩ Đại Thánh Giá Lê Đức Thịnh cho rằng, trong cuộc sống chúng ta trao cho nhau một chút vật chất, trao cho nhau tinh thần yêu thương, động viên nhau nỗ lực để vượt thắng những khó khăn hiện tại chính là chúng ta nhận về sự trân quý, ấm áp tình người. Mỗi người hãy nhận tấm lòng nhiều hơn vật chất. Hãy lan tỏa những trái tim yêu thương. Và trong đời sống, bằng nỗ lực, ý chí tìm hạnh phúc từ trong gian khó để vươn lên.

DY

(26/01/2024)

NGÔI NHÀ THỜ ĐẸP
MỘT TÂM HỒN ĐẸP

Hoàng Yến

Linh mục Gioan Bosco Hoàng Văn Chính, Chủ tịch Ủy ban Đoàn kết Công giáo tỉnh Lâm Đồng, Tổng đại diện Giáo phận Đà Lạt đã nhắc tới "một tâm hồn đẹp" với các vị Linh mục, tu sĩ, các sơ và bà con giáo dân trong Lễ tạ ơn, làm phép Nhà thờ Giáo sở Đăng Srỗn, Giáo hạt Đức Trọng. Một nhà thờ mới được khánh thành sẽ góp phần nuôi dưỡng những tâm hồn đẹp để lo trọn việc đạo, chung tay việc đời. Điều này cũng tương trùng với những mong mỏi của ông Đỗ Văn Phới, Phó Trưởng Ban Dân vận Trung ương và Hiệp sĩ Đại Thánh Giá Lê Đức Thịnh khi tới chung vui cùng với bà con giáo dân nơi đây.

**

Tây Nguyên mùa mưa. Những cơn mưa "vàng" ngấm sâu vào lòng đất, tưới tắm cho hàng ngàn hecta cà phê, hồ tiêu. Những cánh rừng bát ngát một màu xanh. Những dòng sông lại cuồn cuộn nước về. Sau cơn mưa, đất trời, cây cối, con người trên mọi nẻo đường lại như tươi mới hơn. Trong sớm mai còn ướt lạnh hơi sương, ai cũng chọn cho mình một bộ đồ đẹp nhất. Họa tiết thổ cẩm trên những chiếc áo, váy của đồng bào dân tộc K'Ho, Chill, Mông… xen lẫn trong những tà áo dài thướt tha, hòa trong tiếng cồng chiêng rộn ràng như một bức tranh rực rỡ sắc màu mang âm hưởng của tình đoàn kết bởi tất cả đều chung một niềm vui trong ngày lễ tạ ơn, làm phép nhà thờ của Giáo sở.

Giáo sở Đăng Srỗn nằm trên địa phận thôn Ninh Thiện, xã Ninh Gia, huyện Đức Trọng, tỉnh Lâm Đồng. Ninh Gia là một cộng đồng dân cư đa sắc tộc, trong đó phần lớn là đồng bào dân tộc K'Ho. Năm 2005, Giáo sở Đăng Srỗn được thành lập. Từ lúc mới chỉ có hơn 200 giáo dân, đến nay, Giáo sở đã có trên 3.000 người.

Trong dòng người chan chứa niềm vui về dự ngày lễ trọng, chúng tôi gặp giáo dân Nguyễn Thị Điệp ở thôn Ninh Hòa. Sinh sống tại mảnh đất này từ năm 1976, bà Điệp bảo khi ấy người dân chủ yếu đều là du canh du cư, cuộc sống còn rất nhiều khó khăn, muốn đi lễ, bà con phải lặn lội mười mấy cây số ra trung tâm Đức Trọng. Người thì đi bằng xe máy cày, người đi bộ, vất vả lắm nhưng bởi giàu lòng đức tin, giàu lòng mến Chúa nên ai cũng gắng vượt qua. Cho nên, khi được chính quyền tạo điều kiện giao đất, các Cha nỗ lực mỗi ngày để nhà thờ Đăng Srỗn được khởi công, xây dựng, hoàn thiện, ai nấy đều hạnh phúc. *"Từ nay chúng tôi không phải đi lại vất vả. Có một nơi thờ Chúa khang trang, lại ở ngay gần mình, Chủ nhật nào tôi cũng được đi lễ"*, bà Điệp vui mừng chia sẻ.

Đối với ông Ha Nghit, Thư ký của Ban thường vụ Giáo sở, ngày hôm nay là một ngày trọng đại. Ông bảo, mấy đêm thao thức không ngủ được, phần vì lo cùng mọi người trong Giáo sở chuẩn bị cho ngày lễ, phần vì vui sướng không biết diễn tả như thế nào cho hết tâm tình. Là một người con của đồng bào dân tộc K'Ho, gắn bó với vùng đất này, ông Ha Nghit đã chứng kiến nhà thờ Đăng Srỗn khi mới thành lập chỉ bằng những tấm ván, tấm nứa được dựng lên, thiếu thốn trăm bề, có lúc phải nhờ nhà người dân để làm lễ. Từ đó đến nay, Giáo sở được các cấp chính quyền thường xuyên quan tâm, hỗ trợ giao đất, hỗ trợ thủ tục để xây nhà thờ.

Với kinh nghiệm của một người từng nhiều năm làm Phó trưởng thôn Ninh Thiện, có 2 nhiệm kỳ là đại biểu Hội đồng nhân dân xã Ninh Gia, ông Ha Nghit đã dốc lòng dốc sức góp một phần nhỏ bé của mình để giúp các Cha xây dựng nhà thờ này. Lúc thì chạy lo giấy tờ, thủ tục pháp lý, lúc lại tận dụng những thứ mà người dân không dùng mang về xây nhà thờ. Từng viên gạch, từng khung sắt ở nơi này đều thấm đẫm mồ hôi công sức của ông và biết bao người.

Trên mảnh đất màu mỡ vừa được tưới tắm bởi cơn mưa, những cây hồ tiêu, cà phê cũng bắt đầu trổ lá. Nhìn ra triền đồi đã lên xanh, trong đôi mắt sáng, nụ cười hiền hậu của người giáo dân dân tộc K'Ho ấy ánh lên niềm tin mãnh liệt từ chính đôi bàn tay của mình. Ông Ha Nghit bảo, được chính quyền quan tâm và khi vào nhà thờ được các Cha giảng dạy, bà con ở đây, dù còn nghèo khó nhưng luôn ý thức không ỷ lại trông chờ, chủ động tiếp cận với kỹ thuật nuôi trồng, tiếp cận với giống, vốn để vươn lên. Từ nay có nhà thờ mới khang trang hơn, bà con giáo dân càng hăng say sống tốt đời đẹp đạo.

Trong những năm qua, triết lý nhân sinh ***"tốt đời đẹp đạo"*** luôn động viên đồng bào các tôn giáo, trong đó có Công giáo và nhân dân cả nước đồng lòng xây dựng và phát huy khối đại đoàn kết dân tộc. Chính bởi thế, ở đâu có người Công giáo, ở đó có phong trào thi đua yêu nước, xây dựng quê hương.

Tinh thần này cũng được Linh mục Gioan K'Blel thực hiện trong các sứ vụ của mình. Về quản nhiệm Giáo sở Đăng Srỗn từ năm 2020 sau khi đã trải qua các sứ vụ ở Giáo hạt Di Linh, Giáo hạt Bảo Lộc, Linh mục Gioan K'Blel được người dân ở đây thương mến gọi là Cha sở.

Cha sở Gioan K'Blel bảo rằng, trách nhiệm của người mục tử như ông là Chúa cần ở đâu ông sẽ ở đó: *"Chỉ cần báo trước 2 tiếng tôi lại sẵn sàng lên đường"*. Theo Cha sở Gioan K'Blel, cuộc sống của người dân ở Giáo sở còn nhiều khó khăn thiếu thốn, cho nên thao thức của ông là làm sao để người dân thoát nghèo. Ngoài việc quan tâm, hỗ trợ cho các gia đình nghèo, trong các buổi lễ dành cho thiếu nhi, Cha sở đặc biệt chú trọng đến công tác khích lệ tinh thần học tập cho các em nhỏ. *"Các em là tương lai của quê hương, đất nước. Và chỉ có con đường học tập là con đường bền vững nhất để thoát nghèo về kinh tế, thoát nghèo về tri thức",* Cha sở Gioan K'Blel nhấn mạnh.

Điều quan trọng mà Cha sở Gioan K'Blel cũng luôn nhắc tới là một trái tim biết yêu thương. Nếu chúng ta vào nhà thờ, đọc kinh mà trái tim lại khô cằn, không biết yêu thương thì vô ích. Yêu thương phải xuất phát từ trái tim. Đó là điều là hết sức quan trọng trong cuộc sống của mỗi người công giáo. Ngắm nhìn Nhà thờ trước giờ làm lễ, Cha sở xúc động bảo rằng, công trình này được dựng xây bằng sự yêu thương như thế, bằng sự chung tay như thế, từ chính quyền các cấp cho đến các Linh mục tiền nhiệm và cộng đồng giáo dân. Có người công khai, có người thầm lặng. Người góp của. Người góp công. Người góp bằng những lời cầu nguyện. Trong đó, Cha sở Gioan K'Blel nhắc nhiều đến Hiệp sĩ Đại Thánh Giá Lê Đức Thịnh – người đã kết nối, cùng chính quyền quan tâm hỗ trợ giao đất, hỗ trợ thủ tục pháp lý cho nhà thờ từ năm 2013.

10 năm trôi qua, nhà thờ Đăng Srõn nay đã hoàn thiện. Từ lúc chỉ có hơn 200 giáo dân, nay Giáo sở đã có trên 3000 người. Sự phát triển của Giáo sở là một minh chứng sinh động cho chính sách của Đảng, Nhà nước ta về tôn trọng tự do tín ngưỡng - tôn giáo cùng với đường hướng gắn bó, đồng hành cùng dân tộc của Giáo hội Công giáo Việt Nam và quan hệ Việt Nam - Vatican đang tiến triển tốt đẹp đã tác động tích cực đến mọi mặt đời sống của đồng bào công giáo.

Đối với Hiệp sĩ Đại Thánh Giá Lê Đức Thịnh, đây là một Tin Mừng trên hành trình đến với đồng bào dân tộc không chỉ ở Đăng Srõn mà còn cả vùng Tây Nguyên.

Tước phẩm Hiệp sĩ có từ năm 1831 thể hiện sự tri ân của Giáo Hoàng đối với giáo dân có công lớn trong giáo hội và xã hội. ***Ông Lê Đức Thịnh là người châu Á đầu tiên được Giáo Hoàng phong tặng tước phẩm Hiệp sĩ từ năm 2007***. Nhưng khi nói về mình, Hiệp sĩ Đại Thánh Giá Lê Đức Thịnh chỉ nhận mình là người đem đến bác ái và yêu thương. Và dù chúng ta theo một hay nhiều tôn giáo, niềm tin của chúng ta đặt để ở một đấng linh thiêng nào đi chăng nữa thì chúng ta chỉ có một nguồn cội, đó là ***Mẹ Tổ Quốc Việt Nam***, nơi cho chúng ta làm người và làm tín đồ tôn giáo. Vì vậy trách nhiệm của tín đồ tôn giáo là tỏa sáng đức tin bằng những hành động thiết thực để phục vụ dân tộc và bảo vệ dân tộc.

Như lời bài hát ***"Một mẹ trăm con"*** mà Hiệp sĩ Đại Thánh Giá Lê Đức Thịnh đã bắt nhịp hát vang cùng với bà con ở Giáo sở Đăng Srỗn: "*Xưa khi xưa, mẹ để ra, trăm cái trứng, sinh lũ con, trăm đứa con cùng một dòng...*" Vì vậy, trong lời chia sẻ niềm vui của ông với bà con dân tộc nơi đây còn là mong mỏi về sự yêu thương, đoàn kết, tôn trọng và nâng đỡ nhau. "*Đừng nghe theo lời người xấu mà hãy tích cực xây dựng đời sống cho bản thân mình, bằng nỗ lực và ý chí tìm hạnh phúc từ trong gian khó để vươn lên*" Hiệp sĩ Đại Thánh Giá Lê Đức Thịnh nhấn mạnh.

HY

NỐI MỘT VÒNG TIN YÊU

Dạ Yến

Trong suốt chuyến hành trình thiện nguyện cùng Hiệp sĩ Đại Thánh Giá Lê Đức Thịnh (người được Đức Giáo Hoàng Benedicto 16 ban tước phẩm Hiệp sĩ Đại Thánh Giá) và các cộng sự ở Giáo xứ Phong Ý, thuộc thị trấn Phong Sơn, huyện Cẩm Thủy, tỉnh Thanh Hóa, chúng tôi được nghe rất nhiều giai điệu Thánh ca và những bài hát ca ngợi quê hương, đất nước. Bài hát nào cũng rộn ràng, chan chứa yêu thương như tấm lòng của những người thiện nguyện, những người không phân biệt tôn giáo, dân tộc luôn dang rộng vòng tay để sẻ chia khốn khó, nối một vòng tin yêu.

1.

Giáo xứ Phong Ý những ngày này đang bước vào Mùa Chay để chuẩn bị cho Lễ Phục Sinh. Lễ Phục Sinh là một ngày lễ quan trọng nhất của người Kitô giáo, diễn ra vào tháng 3 hoặc 4 mỗi năm để mừng sự kiện Phục sinh của Chúa Giêsu. Các tín hữu đợi sự Phục sinh của Chúa Giêsu – một Thiên Chúa của tình yêu thương – thông qua việc ăn chay, cầu nguyện và việc làm bác ái.

Phong Ý có khoảng hơn 4.200 giáo dân với 16 giáo họ, tập trung chủ yếu ở thị trấn Phong Sơn, xã Cẩm Bình, Cẩm Quý. *"Đây là mảnh đất của những tình yêu"* như Linh mục Giuse Phạm Văn Quế – Linh mục Chính xứ Phong Ý giới thiệu với chúng tôi trong lời mở đầu câu chuyện.

Trước khi về Giáo xứ Phong Ý, Linh mục Giuse Phạm Văn Quế đã có ba năm làm chính xứ ở Giáo xứ Phúc Địa (Quảng Phú, Thọ Xuân, Thanh Hóa). Ba năm gắn bó với Giáo xứ Phúc Địa, Linh mục Phạm Văn Quế đã góp phần xây dựng nhiều công trình lớn như khu hành hương Lòng Chúa Thương Xót, nhà xứ khang trang, để lại trong lòng giáo dân Phúc Địa tấm chân tình của một người mục tử gần gụi, ân cần.

Tinh thần ấy tiếp tục được Linh mục Phạm Văn Quế "thắp lửa" trong rất nhiều công việc, mục vụ tại Giáo xứ Phong Ý như ông giải bày: *"Đây là miền đất của nồng ấm, yêu thương, của những con người hiền lành, chất phác, kính trọng vị chủ chăn như người cha trong gia đình. Những ân tình ấy khiến tôi càng phải dấn thân phục vụ nhiều hơn nữa."*

Nói rồi ông xòe hai bàn tay của người mục tử, như người cha hiền, cảm thương và đầy lòng trắc ẩn, sẵn sàng ôm lấy đau khổ và niềm vui, cả những âu lo và hy vọng.

Giáo hội Công giáo luôn giữ những nguyên tắc căn bản dựa trên tình yêu dành cho Thiên Chúa và cho con người.

Giáo hội dạy rằng: *"Ta yêu Chúa vì Chúa yêu ta. Ta yêu người như Chúa yêu ta"*. Chính vì vậy, một trong những "tôn chỉ" mà Linh mục Phạm Văn Quế luôn cho rằng, tình yêu là động lực thúc đẩy những tín hữu Công giáo như ông sống tốt lành, tử tế với mọi người vì một lẽ mọi người được Thiên Chúa tạo dựng và yêu thương.

Yêu thương cũng là lẽ sống của các Linh mục ở giáo xứ này. Chúng tôi theo chân Linh mục Phó xứ Đỗ Huy Đông về một điểm sinh hoạt Giáo họ ở thôn Trung Chính, xã Cẩm Châu, cách Nhà thờ Giáo xứ khoảng hơn 12 cây số. Sáng chủ nhật nào cũng vậy, 35 giáo dân ở đây chủ yếu là người dân tộc Mường, Dao đều gác công việc đồng áng, nhà cửa sang một bên để tụ họp dưới mái nhà của ông Trùm Cao Bá Quyền. Theo ông Quyền, do cách xa Nhà thờ, nhiều bà con giáo dân tuổi cao sức yếu không có điều kiện đi lại nên cứ Chủ nhật hàng tuần, dù mưa hay nắng, các Linh mục lại thay nhau về đây làm lễ cho bà con.

Trong căn nhà đơn sơ, buổi thánh lễ của Giáo họ tuy khiêm nhường mà vẫn trang trọng, chẳng có dàn nhạc nào nhưng những bài thánh ca vẫn được ca đoàn cất lên bằng tất cả sự trong trẻo, mộc mạc, khiến người mới đến như chúng tôi ngỡ như đang đứng giữa một Thánh đường thực sự. Trong tiếng chuông ngân nga, lời nguyện cầu tự trái tim của người Kitô giáo về thương xót về bình an đều dành cho tất cả.

Thôn Trung Chính chỉ là một trong 16 điểm sinh hoạt Giáo họ trên vùng Giáo xứ Phong Ý, ngoài việc làm lễ ở nhà thờ Giáo xứ, cứ đến cuối tuần, các Linh mục lại thay nhau tìm về các điểm sinh hoạt giáo họ để làm chủ lễ cho các con chiên của mình. Không chỉ quan tâm đến đời sống tinh thần, đời sống đức tin của đồng bào có đạo, các Linh mục, tu sĩ ở giáo xứ Phong Ý còn dấn thân trong hành trình giúp đỡ những người khốn khó.

Trong vai trò là một Linh mục chính xứ, hẳn nhiên, ông Phạm Văn Quế là người bận trăm công nghìn việc, nhưng điều mà chúng tôi luôn được ngắm nhìn ở ông là một vị chủ chăn có những bài giảng truyền cảm hứng ở trong thánh đường và lan tỏa sự vui tươi, nhiệt huyết như khi ông làm người dẫn chương trình trong các buổi lễ trao quà, giao lưu với bà con nghèo, không phân biệt lương giáo.

Sự gần gụi, chân tình của Linh mục Phạm Văn Quế chính là sợi dây để kết nối những tấm lòng muôn phương tìm về mảnh đất này. Cứ thế, cùng với sự đồng hành của cấp ủy, chính quyền, Mặt trận các cấp huyện Cẩm Thủy, lan tỏa từ Thánh đường Giáo xứ Phong Ý một tình yêu đất nước, tình yêu dân tộc.

2.

Chia sẻ về những điều này, Hiệp sĩ Đại Thánh Giá Lê Đức Thịnh đã bày tỏ lời tri ân tới Linh mục chính xứ Phạm Văn Quế – người đã đi đúng đường lối của Giáo hội Công giáo, bằng tình yêu của Chúa Kitô lan tỏa trên mảnh đất này.

Gần hai chục năm qua, Hiệp sĩ Đại Thánh Giá Lê Đức Thịnh đã thành lập các nhóm bác ái xã hội và thực hiện nhiều chuyến từ thiện tìm đến những nơi xa xôi hẻo lánh, gặp gỡ đồng bào còn khó khăn để trợ giúp và chia sẻ với họ. Nghĩa cử của ông không chỉ giúp đỡ về mặt vật chất mà còn làm chuyển biến nhận thức của người Công giáo về trách nhiệm không chỉ với cuộc sống của gia đình mình, mà còn với cộng đồng và xã hội.

Đây là lần thứ hai, Hiệp sĩ Lê Đức Thịnh về thăm Cẩm Thủy. 10 năm trước ông đã góp phần cùng với chính quyền, các vị Linh mục tu sĩ vận động, hỗ trợ bà con giáo dân vạn chài lên bờ định cư. *"Bước chân tới đâu là lo cho người nghèo tới đó. Chúa cần chúng tôi ở điều đó"* như lời Hiệp sĩ Lê Đức Thịnh chia sẻ và lần trở lại này cùng đi với ông là những "cộng sự" đặc biệt, những người đã đồng hành với ông trên con đường thiện nguyện. Cùng đi với đoàn còn có ông Đỗ Văn Phới, Phó trưởng Ban Dân vận Trung ương.

Hàng trăm suất quà đã được trao cho bà con nghèo, người khiếm thị trên địa bàn huyện Cẩm Thủy. Trong đó, ông Đặng Văn Thanh, Tổng Giám đốc Bệnh viện Đa khoa Nam Sài Gòn hỗ trợ 350 triệu đồng; ông bà Trần Thiện, Tổng Giám đốc Công ty Tiếp vận Toàn cầu hỗ trợ 200 triệu đồng và 50 chiếc xe đạp do ông bà Dương Anh Tuấn, Tổng giám đốc Cty BĐS Thuận Việt trao gửi cho những em học sinh nghèo hiếu học trên địa bàn huyện Cẩm Thủy.

Gần 20 năm đồng hành cùng Hiệp sĩ Đại Thánh Giá Lê Đức Thịnh trên hành trình thiện nguyện, ông Đặng Văn Thanh cho rằng, chặng đường mà Hiệp sĩ Lê Đức Thịnh đã và đang đi qua chính là sứ mệnh của một người công giáo Việt Nam yêu nước. Hành trình đó thức tỉnh những trái tim, hàn gắn những vết thương, kêu gọi mọi người cùng chung tay làm những điều tốt đẹp. Ông Đặng Văn Thanh chia sẻ:

"Bản thân tôi vốn xuất thân từ nghèo khó, cho nên hơn ai tôi rất thấu hiểu và luôn mong muốn được chia sẻ với những người nghèo khó. Chúng tôi sẽ cố gắng làm những việc này đến khi không còn sức lực và chỉ mong những điều mình đã làm sẽ thêm được một nụ cười, thêm được một niềm vui. Nếu mọi người thấy đó là một việc tử tế thì hãy đồng hành cùng chúng tôi."

Tử tế là mạch nguồn của cuộc sống. Như đến tận lúc này, khi Hiệp sĩ Đại Thánh Giá Lê Đức Thịnh dù đã phải trải qua cơn bạo bệnh thì điều quan trọng hơn, với ông, việc trở thành người loan báo Tin Mừng từ những điều tử tế mới là mục đích của cuộc đời.

Đó là lúc ông bắt nhịp bài hát "Một mẹ trăm con" trong buổi lễ trao quà cho người dân nghèo và khiếm thị của huyện Cẩm Thủy. Dưới mái nhà của Thánh đường Giáo xứ Phong Ý, lời hát của một người công giáo yêu nước vang lên như một lời hiệu triệu, thôi thúc thâm tâm mỗi người, không phân biệt tôn giáo, dù nghèo khó hay dư dả nhưng luôn sẵn sàng chia sẻ với nhau từng gói mì tôm, từng chén mắm, dù làm gì, ở đâu thì "chúng ta là anh em một nhà".

Tấm chân tình này chính là vì đất nước vì dân tộc cho nên Hiệp sĩ Đại Thánh Giá Lê Đức Thịnh chia sẻ rằng, Giáo hội Công giáo Việt Nam là giáo hội của Chúa nhưng là phục vụ cho dân tộc Việt Nam. Việt Nam là một dân tộc vững mạnh, khao khát của ông là một dân tộc phát triển. Chính bởi vậy, dù trong bất cứ hoàn cảnh nào, mỗi người dân, trong đó có người công giáo, ***phải có trách nhiệm với Tổ quốc và dân tộc.***

"Mỗi một ngày trôi qua, chúng tôi đều nguyện: "Bình an của Chúa ở cùng anh chị em". Và tất cả chúng ta đều hiểu rằng, trong cuộc chiến với đại dịch Covid-19, để có được bình an như ngày hôm nay, là sự đồng lòng của Đảng, Nhà nước, chính quyền cho tới mỗi người dân. Niềm vui đó là cơ sở để chúng tôi luôn tin rằng, đất nước này, dân tộc này sẽ phát triển trên nền tảng của tinh thần đoàn kết, hòa hợp." Hiệp sĩ Đại Thánh Giá Lê Đức Thịnh khẳng định.

3.

Chúng tôi nhớ mãi buổi hôm ấy, trong không khí ấm áp, chân tình, để nói một lời cảm ơn sau khi nhận những phần quà từ Hiệp sĩ Lê Đức Thịnh và các nhà hảo tâm, ông Cao Văn Sơn, hội viên Hội Khiếm thị huyện Cẩm Thủy đã hát bài "Đất nước."

Giọng hát vang lên đầy cảm xúc, tuy nhiên do quá xúc động, đến quãng tám của bài hát, "ca sĩ" bỗng dừng lại, trong một khoảnh khắc, giọng hát đầy nội lực của Linh mục Phạm Văn Quế đã cất lên *"Xin hát về người đất nước ơi/ Xin hát về mẹ Tổ quốc ơi"* "dìu" người hát đi đến cuối bài.

Sẽ chẳng có gì để nói thêm, nhưng giây phút một vị Linh mục và một người khiếm thị cùng hòa chung trong một bài hát ca ngợi quê hương đất nước sẽ mãi là hình ảnh đẹp của tình người, của những tin yêu như lời bài hát:

"Vẫn còn gian khổ
Hạt thóc chia đều dẫu no dẫu đói
Ta vẫn vẹn tình đắng ngọt cùng vui".

DY

LỬA ĐÃ BỪNG LÊN GIỮA NÚI RỪNG

Phùng Nghị

Đây không phải là ngọn lửa thiêu rụi những cánh rừng. Cũng không phải là ngọn lửa khiến bao người lo âu khiếp đảm vì không còn chỗ nương thân, khiến muông thú hốt hoảng dắt dìu nhau trốn chạy tìm lối sống.

Lửa này đã bừng lên giữa niềm vui, bởi mang đầy ánh sáng, hơi ấm và hy vọng cho cả một vùng đất vốn còn lắm âm u của bóng tối; giá lạnh của nghi kỵ, hờ hững, thậm chí của những mong muốn loại trừ giữa những con người đang chung sống; của những trăn trở thất vọng trước các nẻo đường khúc khuỷu đầy chướng ngại và rào chắn.

Lửa bừng lên để dần cháy tan những thiên kiến, và những tồn tại của lịch sử từ nhiều năm trước.

Đã Nhận Ra Nhau Là Anh Em Một Nhà

Tôi đã nhìn thấy ngọn lửa này, và không chỉ mình tôi mà còn là tất cả đã mừng rơi nước mắt khi được cùng nắm chặc tay nhau, quây quần nhảy múa quanh ngọn lửa bập bùng tối khuya ngày 03/11 bên bờ hồ Lăk. Một hồ nước tự nhiên, có diện tích rộng khoảng 6,2 km^2, đứng hàng thứ hai trong cả nước, chỉ sau hồ Ba Bể. Hầu hết các quan chức chính quyền huyện Lak, một số Linh mục, tu sĩ của hội dòng Đa Minh và từ vài giáo xứ lân cận từ huyện Cư Kuin (Daklak) đã có mặt. Tiếng cồng chiêng của anh em dân tộc bản địa M'Nông, trong đó có nhiều giáo dân, đã vang vọng rộn ràng theo nhịp bước chân tưng bừng hội ngộ, đón mừng tin vui từ nay Hội dòng Đa Minh Việt Nam được chính thức hiện diện trên mảnh đất này, mảnh đất theo truyền thuyết do chính người M'Nông đặt chân đến lần đầu, và là nơi tranh chấp khốc liệt giữa thần nước thần lửa, cuối cùng chiến thắng thuộc về Thần Nước. Hồ Lak là hiện thân của Thần Nước của anh em dân tộc M'Nông.

Cũng trong ánh lửa đêm khuya ấy, hình ảnh các lãnh đạo chính quyền, các Linh mục, tu sĩ cùng uống chung chóe rượu cần đã nói lên bao điều đáng trân trọng.

Trong buổi tiệc mừng trước đó, do chính quyền địa phương chiêu đãi, cả bí thư và chủ tịch huyện đều nhắc lại ý nghĩa của sự Hiệp Hành, Hiệp Thông giữa chính quyền và giáo hội trong sự phát triển thăng tiến cuộc sống vật chất và tinh thần của người dân, nhất là của đồng bào sắc tộc.

Những điều mà họ đã trân trọng đề cập tới trong buổi chiều trước đó khi tiếp đón đoàn chúng tôi, do Hiệp sĩ Đại Thánh Giá JB Lê Đức Thịnh hướng dẫn tới chào thăm. Linh mục Phê Rô Nguyễn Văn Phương OP, quản xứ Hòa Nam (Buôn Đôn) xúc động thừa nhận sau hơn 20 năm sống và phục vụ các cộng đoàn Dân Chúa ở vùng đất này, nay mới thấy mình dào dạt niềm vui vì được chính thức đón nhận và mọi sinh hoạt thờ phượng, phục vụ Dân Chúa và đồng bào nơi đây sẽ chắc chắn thêm nhiều thuận lợi. Nhìn hình ảnh tay nắm tay, vai khoác vai giữa các Linh mục nhất là các Linh mục Đa Minh với các cấp chính quyền đầy thân thiết và tin cậy lẫn nhau, chắc hẳn tất cả đều vui mừng.

Với khoảng 100.000 dân, đa số là đồng bào M'Nông, trong đó 10% là đồng bào công giáo. Hiện Lak đã có các giáo xứ Hòa Nam, R'Kơi, giáo họ Lạc Thiện, Buôn Lê. Nhưng rồi nay mai sẽ triển nở thêm các giáo điểm, giáo họ, giáo xứ khác.

Huyện Krông Nô, một huyện khác của Dăk Nông, suốt mấy chục năm qua vẫn như một vùng trắng không có sự hiện diện chính thức của giáo hội Công giáo, nay cũng đã có ít nhất là 2 giáo xứ được thành lập và đang xây dựng thánh đường.

Người Thắp Lửa

"Đây là hoa trái sau những gặp gỡ, đối thoại và chân tình cộng tác để cùng nhau thấu hiểu giữa chính quyền và giáo hội, thông qua ngài Hiệp sĩ JB Lê Đức Thịnh" – Nhiều quan chức có trách nhiệm ở tỉnh và các địa phương thừa nhận, có lẽ Đức Cha Giám quản giáo phận Ban Mê Thuột cũng nhận biết điều này, và ngài đã vui mừng chúc lành cho các công việc ông đã làm cho giáo phận, cho địa phương với sự dấn thân không ngừng suốt bao năm tháng, kể cả giữa thời gian dịch bệnh.

Còn nhớ, Đúc Cha giám quản giáo phận này đã vui mừng biết bao khi tiếp Hiệp sĩ Thịnh ngay sau lúc ông từ vùng Cư Kuin, nơi trước đó chỉ vài ngày (đầu tháng 6/2023) đã xảy ra một biến loạn tấn công vào cơ quan chính quyền xã Ea Tiêu và gây thương vong cho vài viên chức địa phương, trong đó duy nhất một giáo dân công giáo. Chính ông đã đề nghị và được chính quyền tỉnh cho phép đến hiện trường thăm hỏi, chia sẻ yêu thương tới các nạn nhân, giữa lúc tình hình còn đầy căng thẳng và nhiều hiểm nguy rình rập, đoạn đường qua các khu vực trong vùng còn bị phong tỏa ngặt nghèo, các phóng viên báo đài của tỉnh cũng chưa ai được phép tiếp cận. Ông và cả gia đình đã tới, một việc mà theo Đức Cha thừa nhận rằng Ngài và các đấng bậc ở đây chưa kịp làm, một phần vì còn bàng hoàng trước sự kiện đau đớn vừa xảy đến, một phần nếu muốn làm cũng chưa chắc gì được chấp nhận.

Việc ông đến được Cư Kuin trong những ngày nước sôi lửa bỏng ấy đã như một sự thừa nhận niềm tin của chính quyền các cấp từ trung ương tới địa phương đã đặt để nơi ông. Chính tôi đã được nghe các vị có thẩm quyền xác nhận. Các việc ông làm đều không có chút tư lợi cá nhân, mà chỉ nhằm xây dựng mối quan hệ tốt đẹp giữa nhà nước và nhà thờ. Ở Cư Kuin, ông đã tới tận nơi, từng nhà các nạn nhân để cúi xuống thăm hỏi chân tình, chia sẻ và cùng khóc trước những hoàn cảnh đặc biệt của họ.Ông cũng mạnh dạn kiến nghị với chính quyền có cách xử lý nghĩa tình với các thủ phạm và gia đình họ, bởi theo ông, họ là đồng bào sắc tộc, cũng là nạn nhân của những dụ dỗ hay hứa hẹn nào đó, nên vướng vào lao lý. Ông đã khéo léo nhờ chính quyền địa phương chuyển tình cảm và những món quà thăm hỏi đến những gia đình này. Việc làm và thái độ này của ông cũng được chính quyền đánh giá cao.

Một quan chức cấp tỉnh cho biết: trên địa bàn Daklak có không ít vùng đông đảo bà con công giáo, như tại Kim Phát, Kim Châu, Tân Bùi (Cư Kuin), hay vùng Buôn Hồ. Cũng có những người được mang tước phẩm Hiệp Sĩ do có 3-4 người con làm Linh mục hoặc vì có những công trạng đòng góp (chủ yếu là tài chính) cho giáo hội. Nhưng theo ông:

"Ngài hiệp sĩ Đại Thánh Giá JB này thực là một mẫu gương tốt đời đẹp đạo, dấn thân và cống hiến nhiều giá trị cho xã hội, cho giáo hội. Trong đó giá trị nhất, tồn tại lâu bền nhất là sự tạo nên những đối thoại, dẫn tới sự hiểu biết, tôn trọng và cùng nhau cộng tác góp phần phát triển đời sống của mọi người không phân biệt tôn giáo. Chúng tôi nhận ra nơi ông Ánh sáng của Tin Mừng yêu thương mà Đức Giê Su rao truyền."

Không Chỉ Ở Daklak

Giữa tháng 5/2023, tôi cũng có dịp đến Kontum, và may mắn được gặp gỡ với Đức Cha Giám mục giáo phận, với nhiều quan chức đầu tỉnh. Tôi đã nghe, đã thấy những đổi thay trong quan hệ đạo đời.

"Trước đây chúng tôi và phía chức sắc cũng như tín đồ công giáo giống như bài toán cộng một với một bằng không. Nghĩa là coi như không có nhau. Nhưng từ nhiều năm qua, giữa chúng tôi một cộng một đã là hai. Chúng tôi đã thấu hiểu nhau, tôn trọng và chân thành cộng tác. Tất nhiên vẫn còn đó những tồn tại của lịch sử gần 50 năm qua, chưa thể giải quyết một sớm một chiều. Còn những gì mới phát sinh do nhu cầu thực tế của giáo hội, chúng tôi trong nhiệm vụ chính quyền đã hết lòng tạo điều kiện, như đã chấp nhận cho hàng chục giáo điểm, giáo xứ mới được thành lập, đặc biệt

là tại các vùng sâu, vùng xa, vùng đồng bào dân tộc; chúng tôi cũng cấp đất để xây dựng nhà thờ, phát triển Trung tâm Hành hương Đức Mẹ Măng Đen, tạo các điều kiện thuận lợi cho Dòng Ảnh Phép Lạ, một hội dòng nữ riêng cho đồng bào sắc tộc, hoạt động và phát triển."

Hầu hết các quan chức lãnh đạo (đương nhiệm hay đã về hưu) của các ban, ngành đoàn thể ít nhiều có liên quan tới tôn giáo ở Kontum mà tôi có dịp tiếp xúc gặp gỡ chính thức trong các bữa ăn, hay thân mật trong quán cà phê, đều chia sẻ cảm nhận rằng đã thực sự có được mối thân tình sâu sắc, sự hiểu biết giữa chính quyền và giáo hội. Nhiều nghi ngờ, thủ thế với nhau, đã và đang dần được tháo cởi.Tất cả hai phía đạo, đời đều công nhận chính có ngài Hiệp sĩ Đại Thánh Giá làm nên nhịp cầu đối thoại và gắn kết.

Ở Lâm Đồng, cũng mới đây thôi, ngôi nhà thờ tại giáo xứ Đăng Srỗn (Đức Trọng) mà giáo dân hầu hết là đồng bào dân tộc K'Ho cũng đã được khánh thành. Mấy ai biết đất xây dựng ngôi nhà thờ này do Hiệp sĩ Thịnh xin và được chính quyền cấp cho từ 12 năm trước.

Còn không ít vùng rừng núi thâm u ngày nào, nay đã bừng lên ánh lửa.Ánh Sáng của Niềm Tin, Hy Vọng. Và, ngọn đèn Chúa đã trao ban cho JB Lê Đức Thịnh đã được ông đặt trên giá cao, chiếu rọi để nhiều người hân hoan đón nhận Chúa và Tình Yêu thương của Ngài. Tôi tin như vậy!

PN

40 NĂM NỐI KẾT ĐẠO-ĐỜI

Hiệp sĩ Lê Đức Thịnh xây những "cây cầu" hòa hợp

MINH HẢI

Bốn mươi năm trước, khi chưa phải là một Hiệp sĩ được Tòa Thánh sắc phong, ông Gioan Baotixita (JB) Lê Đức Thịnh vẫn bằng cách riêng của mình âm thầm xây dựng quê hương và Giáo hội. Rồi khi vinh dự được trao nhẫn và huy hiệu trên ngực, Hiệp sĩ Đại Thánh Giá vẫn tiếp tục sứ mệnh gieo yêu thương, chia sẻ, để đạo-đời nối kết, để những giá trị tốt đẹp được lan tỏa rộng thêm.

Những ngày cuối năm bận rộn không chỉ với những chuyến đi vì công việc giáo phận này, dòng tu khác nhờ, Hiệp sĩ Thịnh và nhóm bạn hữu của mình còn tất bật để phụ lo Tết cho người nghèo ở nhiều nơi còn khó khăn.

Những chuyến đi chứa nặng yêu thương, tình nghĩa đồng bào như vậy không là hiếm trong năm, chỉ là lịch đi dày hơn trong tháng 12. Thật vậy, nếu quan tâm đến tinh thần san sẻ và cánh tay rộng mở giúp người khó, lo người nghèo của Hiệp sĩ, chắc chắn sẽ thấy "ngợp" vì độ dày của việc "đi ra vùng ngoại biên" không ngừng nghỉ.

ĐIỀU NHỎ XÍU XIÊU LÒNG

Trong thời khắc những ngày còn lại của năm cũ, bất chợt nghe lời bài hát mới mang tên *"Triệu điều nhỏ xíu xiêu lòng"* của rapper Đen Vâu, đã có một sự liên tưởng mạnh mẽ đến Hiệp sĩ Lê Đức Thịnh được khơi lên. Dễ hiểu, bởi người viết đã không ít lần nhìn thấy tận mắt sự gởi trao đến người khác của ông rất ngọt lành, và cũng từng nghe những lời ông chia sẻ về cuộc đời, về sự tận tụy phục vụ, về cách sống yêu thương. *"Mỗi khi người biết thương đời. Điều yên vui quanh đây, nào đâu có xa xôi"*, lời hát được láy đi láy lại như một thông điệp nhẹ nhàng, trong trẻo, đẹp đẽ..., không khác lắm so với tâm tình "cho đi" của Hiệp sĩ Đại Thánh Giá. Nghiền ngẫm những quan niệm của ông: *"Hiệp sĩ của Giáo hội mà, Đức Thánh Cha phong tước phẩm này cho mình để mình làm việc vì Giáo hội, mang lại hạnh phúc cho bà con mình"*, hay *"Thời đó không ai nghĩ làm từ thiện để được tôn vinh, chỉ là yêu quê hương, yêu những người xung quanh mình, thực thi lời dạy của Tin Mừng, nên mình nỗ lực giúp đỡ"*, lại càng thêm cảm mến một tấm lòng vàng.

Tinh thần yêu thương, cúi xuống, trân quý từng gương mặt, từng cuộc gặp gỡ trong đời của ông đích thực chính là điều tưởng như nhỏ thôi, nhưng chạm đến ngưỡng xiêu lòng.

Chúng tôi nhớ những chuyến đi đan kín các điểm dừng để trao tặng của Hiệp sĩ, khiến có người cùng đoàn nói vui phở là món yêu thích của ông. Thực chất, chọn quán phở mỗi khi đến giờ ăn bởi vì nó nhanh chóng, gọn nhẹ, thời gian còn lại để vị Hiệp sĩ đổi thêm phút nấn ná, thăm hỏi, bắt tay thêm được nhiều người nữa… Cũng không thể không ấn tượng ở những tiết mục văn nghệ "cây nhà lá vườn" vùng đông anh chị em sắc tộc, Hiệp sĩ Thịnh cũng góp đôi lời ca với bài hát mang âm hưởng miền cao như một sự đồng cảm. Ở một lát cắt khác, chẳng hạn khi đến mái ấm thăm người già, khuyết tật, lại thấy ông ngồi giữa họ pha chuyện cười, nói về món ăn của ngày hôm đó. Rồi khi ở giữa bầy trẻ thơ có hoàn cảnh thiệt thòi, lại bắt gặp ở ông cử chỉ thân mật như cái xoa đầu, sẵn sàng bồng ẵm mấy em nhỏ khi chúng đưa tay đòi bế… Ông như ***"Người của mọi người"***.

May mắn có mặt trong nhiều chuyến đi có Hiệp sĩ hiện diện ở miền này miền khác, lại có dịp thấy được thêm bao điều xem chừng nhỏ lại ẩn chứa cả một nhân cách đẹp mà ông mang đến và trao gởi cho tha nhân.

XÂY NỀN TRÊN ĐỨC ÁI

Trong các câu chuyện rời rạc khác nhau, chúng tôi ít nhiều xâu chuỗi lại được suy nghĩ của Hiệp sĩ Đại Thánh Giá về những giá trị cuộc đời, nhưng chung quy lại và thật rõ ràng vẫn là tinh thần phục vụ và sự dấn thân. *"Là một người con của Giáo hội, chúng ta làm sao để Hội Thánh phát triển, chu toàn các trách nhiệm của mình với Chúa. Là người con của quê hương, chúng ta thực hiện nghĩa vụ công dân, làm giàu đẹp quê mình. Hai điều ấy phải song song"*

- Hiệp sĩ nói. Tâm niệm như vậy và đặt lợi ích tha nhân lên trên, nên ông luôn mang trên mình hành trang yêu thương, để dựng xây hạnh phúc, bình an.

Hãy dừng lại một chút với vài con số: Trong mấy chục năm qua, Hiệp sĩ Gioan Baotixita Lê Đức Thịnh đã tự bỏ tiền cá nhân trích từ kết quả kinh doanh của gia đình, đôi lúc cũng có vận động thêm bạn bè, làm bác ái đến hàng trăm tỷ đồng. Ông luôn ưu tư với cái nghèo của người dân một số nơi, trăn trở với những sinh hoạt của Giáo hội chỗ này chỗ khác còn những khó khăn, chưa thông suốt..., rồi tìm mọi cơ hội để nối kết những yêu thương và sự thấu hiểu. Đến với người nghèo hay người bất hạnh, ngoài trao tặng, ông còn hỏi han và khơi cho họ ý chí vươn lên,

Giúp quý Sơ người dân tộc dòng Ảnh Phép Lạ Kontum tham quan miền Bắc năm 2015, toàn bộ chi phí do HSĐTG đài thọ.

tinh thần liên đới. Và, cứ nghĩ về những công việc ấy, phận người kia, ông lại mạnh mẽ lên đường, ngày một "đa dạng" trên khắp các "mặt trận" của tình yêu thương. Đó là buôn làng nghèo, là mái ấm ở nơi nửa quê nửa thị, hay ở cả những mái nhà xiêu vẹo chốn thị thành… Chợt nhớ tâm sự của nữ tu Nguyễn Thị Kim Anh, phụ trách Mái ấm Tình Mẹ 2, trong một lần tiếp đoàn tương trợ của Hiệp sĩ: *"Người già cô đơn, bệnh tật không thể tự chăm sóc mình; những đứa trẻ không có gia đình; những thai phụ cơ nhỡ ở tuổi vị thành niên… Hết thảy đều cần có điểm tựa, có nơi để hòa nhập! Hiệp sĩ Đại Thánh Giá đã đến động viên an ủi những số phận ấy, tiếp thêm sức cho nhà dòng trong sứ mệnh chăm lo tha nhân"*.

Khi có ai hỏi về quan niệm sống, động lực tiến bước, ông thường xác tín ngay: *"Tìm hạnh phúc ngay từ sự khó khăn"*. Rồi giải thích rằng bởi nó gắn với những kinh nghiệm mà ông đã rút ra từ chính những gì mình trải qua và quan sát thấy trong đời sống xã hội. Hiệp sĩ kể bản thân sinh ra và lớn lên trong gia đình làm nông, rất nghèo, nhưng không bao giờ than trách về điều này. Từ tuổi thiếu niên, ông đã đi làm phụ cha mẹ nuôi em. *"Mỗi chuyến than tôi chở thuê xong lại thấy mình hạnh phúc vì vừa làm được một việc hữu ích trong gian khó. Cả gia đình đoàn kết, nỗ lực và yêu thương, tôi cảm nhận được hạnh phúc từ điều này, đó chính là động lực để tôi vươn lên mỗi ngày. Từ nỗ lực của bản thân, gia đình, cùng với ơn Chúa giúp, tôi đã chạm tới cuộc sống no ấm. Và giờ đây, tôi luôn cảm nhận được hạnh phúc khi giúp được người khác. Khi cho đi cũng chính là lúc mình nhận được nhiều nhất"*, ông kể.

Sức khỏe của Hiệp sĩ Đại Thánh Giá Lê Đức Thịnh có những năm không hề ổn định, nhưng vượt trên hết, ông vẫn nỗ lực đi khắp mọi miền vận động, thuyết phục, tạo ra những cuộc gặp gỡ, góp phần giúp giáo dân ở Việt Nam ngày càng gắn bó, đồng hành cùng dân tộc, dựng xây đất nước. Hàng trăm chuyến đi như thế khởi hành rồi kết thúc liên tục, cần mẫn mang chút ấm áp cho bà con khắp nơi trên đất Việt. Khi nói về công việc này, ông rất khiêm tốn: *"Tôi thật sự chưa bao giờ thống kê về những gì mình đã làm, bởi dù có là gì thì đó cũng chỉ là góp ít sức mọn, cùng Giáo hội thực hiện đường hướng Thư Chung năm 1980 của Hội đồng Giám mục Việt Nam "Sống Phúc Âm giữa lòng dân tộc để phục vụ hạnh phúc của đồng bào". Làm việc thiện là từ tấm lòng của bản thân, nhưng theo tôi, nếu chỉ dừng lại ở một cá nhân thì chưa đủ, mà còn phải khởi xướng và nhân lên trong cộng đoàn. Mình làm tốt rồi thu hút người khác cùng tham gia là đã tạo lan tỏa, để có nhiều nguồn lực hơn trong việc giúp đỡ người kém may mắn, chứ một vài cá nhân thì chỉ như muối bỏ biển khơi"*.

Còn nhớ, vào những ngày cuối năm 2024, khi phối hợp cùng UBND huyện Thống Nhất, tỉnh Đồng Nai đến thăm và tặng quà các gia đình thương binh - liệt sĩ và gia đình có hoàn cảnh khó khăn trên địa bàn huyện, ông đã có những lời gan ruột từ trái tim, đậm chất tự tình dân tộc, không chỉ dành riêng với người có đạo: *"Trong các cuộc kháng chiến cứu nước, rất nhiều người (trong đó có đồng bào Công giáo) đã hy sinh để bảo vệ đất nước và giành độc lập cho dân tộc Việt Nam. Vì vậy, hỗ trợ người có hoàn cảnh khó khăn vừa là tấm lòng tri ân vừa là tình cảm và nghĩa vụ. Việc làm này phù hợp với lời mời gọi trong Thư Chung 1980, Hội đồng Giám mục Việt Nam".*

Ông Nguyễn Duy Bắc, Chủ tịch UBND xã Gia Tân 3 - huyện Thống Nhất sau đó đã rất cảm kích: *"Hiệp sĩ Đại Thánh Giá Lê Đức Thịnh được sinh ra tại giáo xứ Phúc Nhạc, trên địa bàn xã Gia Tân 3, và đi lên từ nghèo khó. Ông có tấm lòng bác ái và tình yêu quê hương, luôn hướng về đồng bào, nâng đỡ đời sống vật chất và tinh thần cho nhiều bà con; góp phần cùng chính quyền, giáo xứ xây dựng khối đại đoàn kết dân tộc và chăm lo an sinh xã hội".*

SỨ MỆNH "XÂY CẦU"

Hành trình dài phục vụ của Hiệp sĩ không dừng lại ở chỗ thiện nguyện, bác ái, mà còn đóng vai trò như người bắc những nhịp cầu để mối quan hệ giữa nhà nước và Giáo hội địa phương ngày một hiểu nhau hơn, làm vơi đi những thành kiến, nghi kỵ để cùng đối thoại, hợp tác, làm tăng sức mạnh khối đại đoàn kết dân tộc. Theo Hiệp sĩ Đại Thánh Giá Lê Đức Thịnh, mọi hoạt động của Giáo hội Công giáo được hướng dẫn bởi Tin Mừng. Vì thế, ông quan niệm mỗi người đều phải làm việc vì hòa bình, đấu tranh cho hòa bình, làm chứng cho hòa bình và nỗ lực xây dựng hòa bình. Đây cũng chính là tinh thần trong mỗi nghĩa cử, hành động của ông. Ông nói rất thích câu nói của Đức Thánh Cha Phanxicô: ***"Hãy bắc cầu - Đừng xây tường"***. Xây cầu, không chỉ không xây tường mà còn phá bỏ những rào cản chính là công việc ông thầm lặng làm trong nhiều năm qua.

Với lòng yêu Giáo hội cùng lòng yêu quê hương, kể cả khi chưa được sắc phong, ông là một trong những người đã mạnh dạn trở thành cầu nối giữa chính quyền và giáo quyền. Ông kể chuyện cũ như một đúc kết kinh nghiệm: "*Cách để hóa giải những bất đồng tốt nhất là phải trực tiếp đối thoại. Đối thoại thì đòi hỏi sự chân thành, không phải người này ở trên, người kia ở dưới, mà là bằng hữu của nhau. Gặp gỡ một lần chưa xong việc thì nhiều lần. Rồi thì khi trao đổi, hai bên sẽ dần hiểu những mục đích tốt đẹp đang làm*".

Nhìn từ con mắt nhà đạo, Hiệp sĩ Đại Thánh Giá JB Lê Đức Thịnh quan niệm: "*Tôi chọn mối phúc thứ bảy trong tám mối phúc thật: Phúc cho ai xây dựng hòa bình...*". Tâm tình này vì vậy được ông gắn vào mình như một hành trang, và cũng là động lực để vượt qua những trở ngại dọc đường kiến tạo: có thể đó là việc sa sút sức khỏe, bởi cường độ công việc dồn dập; là sự nghi ngờ hay cản trở nào đó dẫn tới không thuận tiện; hoặc sự chỉ trích, bài xích không thi thoảng xảy ra. Vì ước muốn dựng xây hòa bình nên vợ chồng ông luôn nhắc nhau ***"lấy ích lợi của dân tộc và của Giáo hội làm đầu"***. Để có thể hiểu nhau, sự gặp gỡ cởi mở là yếu tố hàng đầu. Ông tinh tế tạo nên những "nhịp cầu". Ông kiên nhẫn đi trên những lối mở chưa thành đường, rồi vun đắp để mọi người mọi giới cùng hướng về con đường đó, để thêm thông hiểu và hỗ trợ nhau. Hàng chục năm ông xuôi ngược, đã có hàng trăm nút thắt lớn nhỏ được mở lối từ con đường gặp gỡ và đối thoại này. Nếu một sự vụ xảy ra do các cơ sở chưa hiểu hết chính sách hay quy định, ông giải thích và hướng dẫn làm tốt hơn, đúng hơn để có tiền đề giải quyết.

Phục vụ các nhu cầu của Giáo hội không phân biệt dù ở giáo phận nào trên đất nước, khi có vấn đề đề nghị hỗ trợ, Hiệp sĩ Đại Thánh Giá đều hết mình trong khả năng, trở thành gạch nối hoặc trực tiếp hướng dẫn. Nhờ đó mà nhiều giáo xứ, giáo họ ở các địa phương lần lượt được giải quyết thủ tục để thành lập. Các sinh hoạt tôn giáo dần dà được tạo điều kiện rộng thoáng. Ông không nề hà bất cứ công việc nào, miễn là đem lại hạnh phúc cho đồng bào. Ngay cả khi toàn quốc chịu ảnh hưởng chung bởi cơn đại dịch Covid-19 và thành phố phong tỏa, Hiệp sĩ Đại Thánh Giá cũng tìm cách xin giúp vắc-xin để tiêm cho đồng bào Công giáo, từ giới tu sĩ đến bà con giáo dân và cả một số tu sĩ tôn giáo bạn, tại một số địa phương trong Nam, ngoài Bắc.

Đức cha Vinh Sơn Nguyễn Văn Bản, Giám mục giáo phận Hải Phòng, nguyên Giám mục giáo phận Ban Mê Thuột nhớ lại:

"Khi vắc-xin còn hiếm, mọi người còn đang loay hoay tìm nguồn; các cha các sơ mong muốn được chích ngừa để đi vào dân chúng, dân chúng thì cần tiêm ngừa để bảo vệ bản thân…, Hiệp sĩ Đại Thánh Giá Gioan Baotixita Lê Đức Thịnh đã chủ động liên hệ. Ông giúp giáo phận Ban Mê Thuột trong lúc dịch vào thời điểm cần thiết nhất. Hiệp sĩ đã xin vắc-xin về cho giáo phận 2 đợt để tiêm ngừa cho tu sĩ và anh chị em giáo dân. Hiệp sĩ nghĩ đến những người nghèo khó vùng cao nguyên cùng với những người phục vụ để tất cả được an tâm về sức khỏe, vượt qua cơn dịch. Nghĩa cử này nói lên tấm lòng bác ái, hướng về tha nhân".

Linh mục Đaminh Ngô Công Sứ, Quản hạt Gia Kiệm - GP Xuân Lộc - thì nói về người bạn lâu năm của mình rất tình cảm: *"Tôi với Hiệp sĩ Thịnh là bạn của nhau ngót nghét hơn 40 năm. Tôi thấy ở người anh em mình sự chân thành, lòng thương người và tinh thần trách nhiệm với đất nước, với Giáo hội. Có thể nói, đây là một người bạn tốt và quảng đại với tha nhân, không chỉ vật chất mà còn là tinh thần. Một điều trân quý là lúc bình thường anh em có nhau và lúc thành công, anh em vẫn có nhau. Ngoài ra, bạn tôi còn gắn bó xuyên suốt với nhiều đấng bậc để làm cho mọi sinh hoạt của Hội Thánh ngày càng triển nở…"*

Còn cha Laurensô Đỗ Nam Trấn, chánh xứ Phúc Nhạc quê nhà Hiệp sĩ lại rất thấu hiểu:

Sơ Bề Trên và quý Sơ Dòng Ảnh Phép Lạ, Kon Tum, tại tư gia HSĐTG năm 2016.

"Công việc của Hiệp sĩ Đại Thánh Giá mang lợi ích cho nhiều nơi, nhiều người. Ông là gạch nối đạo-đời, đã sống mạnh mẽ tinh thần Kitô giáo, nơi nào khó khăn là ông có mặt. Càng ngày tôi càng cảm nhận Hiệp sĩ Thịnh đúng là người Chúa sai đến để lan tỏa yêu thương, làm cho mọi người hiểu nhau hơn..."

Vậy đó, nơi trái tim Hiệp sĩ Đại Thánh Giá Lê Đức Thịnh luôn có ngọn lửa yêu thương được nuôi dưỡng bằng tình yêu Tổ quốc và lòng kính mến Giáo hội.

Và, nhắc đến vai trò của Hiệp sĩ Đại Thánh Giá Lê Đức Thịnh, sẽ thiếu sót nếu không kể về người bạn đời của ông, người cũng được phong tước phẩm ***Nữ Hiệp sĩ Đại Thánh Giá Anna Nguyễn Thị Kim Yến***. Bà chính là người đồng hành suốt những chặng đường, cùng chứng kiến và nếm trải những hạnh phúc và khó khăn cùng chồng.

Minh Hải

Báo Công giáo và Dân tộc

số 2477 ngày 31/01/2025

Hình Ảnh Phụ Lục III

GẮN BÓ & TRUNG THÀNH VỚI GIÁO HỘI MẸ VIỆT NAM

Hội đồng Giám mục VN với ông Nguyễn Xuân Phúc Chủ tịch nước và HSĐTG JB Lê Đức Thịnh

Suốt quá trình phục vụ của mình, HS ĐTG Lê Đức Thịnh luôn gắn bó và trung thành với Giáo hội Mẹ Việt Nam. Ông luôn rong ruổi khắp từ nam ra bắc, gặp gỡ lắng nghe và chuyển tải các ý kiến, nguyện vọng của các bậc chủ chăn mọi giáo phận, nhằm đưa cộng đồng Công giáo Việt Nam thiết thực sống đức tin, đồng hành cùng xây dựng và phát triển đất nước. Thực hiện tinh thần Các Thư Chung của Hội đồng Giám Mục Việt Nam, của Đức Thánh Cha Francis.

Hầu hết các vị Giám Mục Việt Nam vẫn luôn dành cho Ông niềm tin tưởng, quý mến và chúc phúc cho những việc HS ĐTG đã và đang thực hiện vì thiện hảo chung. Đặc biệt vì những thành quả mà Ông đã góp phần mang lại cho giáo phận.

Một số vị nay đã qua đời, một số vị nay đang đảm đương các sứ vụ trọng trách như Đức Hồng Y Phêro Nguyễn Văn Nhơn (nguyên Tổng Giám Mục Hà Nội), Tổng Giám Mục Nguyễn Năng (Tổng Giám Mục Sài Gòn, Chủ tịch HĐGM Việt Nam), Giuse Nguyễn Chí Linh (Tổng Giám Mục Huế), Giuse Đặng Đức Ngân (Tổng Giám Mục Phó, Tổng giáo phận Huế).

Một vài vị cũng từng đến thăm gia đình HS ĐTG Lê Đức Thịnh tại tư gia.

Gia đình Mừng Thọ 99 tuổi vào năm 2008 của Đức Cha Micae Nguyễn Khắc Ngữ, nguyên Giám Mục Long Xuyên.

Với Đức Cha Phêrô Nguyễn Soạn, Giám Mục Qui Nhơn, Tổng Thư Ký Hội Đồng Giám Mục Việt Nam (2006)

Với Đức Tổng Giám Mục Tephano Nguyễn Như Thể, (Huế 2008) nhân dịp nhận lại đất cho Linh địa Đức Mẹ La Vang.

Với Đức Cha Phaolô Bùi Văn Đọc, Giám Mục Mỹ Tho (2005) cùng trao đổi những yêu cầu được chính quyền tháo gỡ cho giáo phận.

Với các Đức Cha JB Bùi Tuần (nguyên Giám Mục Long xuyên) và Đức Cha Vũ Duy Thống (Giám Mục Phan Thiết), năm 2010.

Với Đức Cha Phêrô Nguyễn Văn Nhơn, Giám Mục Đà Lạt, Chủ Tịch Hội Đồng Giám Mục VN (2008).

Với Đức Cha Giuse Trần Xuân Tiếu, Giám Mục Long Xuyên (2010).

Với Đức Cha Nguyễn Chu Trinh, Giám Mục Xuân Lộc, tháng 10, 2005, ngày HSTG thông báo tin chính phủ đã chấp thuận việc thành lập Đại Chủng Viện Xuân Lộc.

Gia đình HSTG thăm và chúc Tết 2006 với các Đức Cha Nguyễn Chu Trinh (Giám Mục); Đức Cha Nguyễn Năng (Giám Mục Phụ tá); Đức Cha Toma Vũ Đình Hiệu (Giám Mục Phụ tá), tại Tòa Giám Mục Xuân Lộc.

Với Đức Cha Phaolô Tịnh Nguyễn Bình Tĩnh, Giám Mục Đà Nẵng (2008)

Với Đức Cha Toma Nguyễn Văn Trâm, Giám Mục Bà Rịa (2005) trao đổi việc chính quyền trao lại cơ sở trường Mẫu giáo Sơn Ca để làm Tòa Giám Mục Bà Rịa.

Đức cha Vinh Sơn Nguyễn Văn Bản (ngồi giữa), sau một tháng nhận chức vụ Giám mục giáo phận Ban Mê Thuột năm 2010, đến thăm HSĐTG JB Lê Đức Thuận.

Với Đức Cha Giuse Võ Đức Minh, Giám Mục Nha Trang (2012)

Đức cha Vũ Huy Chương, Giám mục Đà Lạt đến thăm gia đình HSĐTG JB Lê Đức Thuận. (2011)

Với Đức Cha Tôma Nguyễn Văn Tân, Giám Mục Vĩnh Long (2008)

Đức cha Giuse Đặng Đức Ngân, Giám mục Lạng Sơn, đến thăm gia đình HSĐTG. (2011)

HSĐTG với Giám Mục Alosio Nguyễn Hùng Vị, Kontum.

CÓ PHẢI NGƯỜI CÔNG GIÁO VIỆT NAM BỎ RƠI CHÚA THÁNH THẦN?

GS Đỗ Quang Hưng

Chủ nhiệm Hội đồng Tư vấn Tôn giáo, UBTƯ MTTQ Việt Nam

Ngày 27 tháng 12 năm 2019, chúng tôi đang có chuyến công tác của Hội đồng Tư vấn Tôn giáo, UBTƯ MTTQ Việt Nam tại Đăk Lăk, bỗng nhận được tin "đại hỷ" của gia đình Hiệp sĩ Đại Thánh Giá, liền tức tốc có chuyến bay Liên Khương - Tân Sơn Nhứt và cũng rất vội vã từ Nhà khách Quốc Hội đường Nam Kỳ Khởi Nghĩa bắt chuyến đi đi ngay chập tối tới Giáo xứ Phúc Nhạc, Đồng Nai. Có lẽ tôi cũng như hơn 1.000 khách tham dự thánh lễ hôn phối của hai bạn trẻ, những tín đồ Công giáo của giáo xứ và từ nhiều giáo phận khác trong nước đổ về, hoặc những vị khách ngoài Công giáo, trong cung thánh của nhà thờ giáo xứ Phúc Nhạc đêm ấy được cảm nhận sự kiện *"lần đầu tiên trong lịch sử Giáo hội Công giáo Việt Nam trên quê hương đất nước của chúng con đã được Đức Hồng Y Peter Tukson, Bộ trưởng Thánh bộ Phát triển Nhân bản Toàn diện của Tòa thánh Vatican đến chủ sự Thánh lễ Hôn phối cho một đôi bạn trẻ"* như lời bạch của Hiệp sĩ Đại Thánh Giá Lê Đức Thịnh, cha của cô dâu.

Nhưng tôi cũng sẽ không nhắc đến khung cảnh hoành tráng, trang trọng, vui tươi của bữa tiệc cưới ngay sau thánh lễ, đậm chất Đạo-Đời mà tôi chỉ có thể mượn lời của Y. Congar để mô tả, một bầu khí của một thứ Thần học thế tục (Theologie du Laicat).

Sự kiện này dù nó đóng khung trong hạnh phúc của một gia đình Công giáo (dù có phần đặc biệt hoặc cao hơn) của giáo xứ Phúc Nhạc lại khiến tôi nghĩ đến những điều sâu xa hơn. Từ lâu, tôi nhớ có một nhận định của một Đấng Bậc trong Giáo hội rằng hình như người Công giáo Việt Nam "bỏ rơi" Chúa Thánh Thần?

Tất nhiên tôi đã từng trăn trở khi hoàn tất cuốn sách Người Công giáo trong mắt tôi (NXB Tôn Giáo, 2012). Nhận định trên có vẻ đúng khi cho rằng, người Công giáo Việt Nam và Giáo hội của mình dường như trong lịch sử và hiện tại thường nghiêng về Đức Chúa Cha và Ngôi Hai - Chúa Con, Đức Giêsu Kitô. Về mặt thần học và nhận thức tôn giáo thì quả là vậy. Bởi lẽ, với đời sống tôn giáo (kể cả sống Tin Mừng với những phạm trù siêu việt của Đấng Tạo dựng) và đời sống trần thế, với họ, luôn hướng tới sự tin theo và sống trong Mầu nhiệm Nhập thể và Mầu nhiệm Phục sinh, thường liên quan trực tiếp tới

Chúa Giêsu Kitô, Đấng được "sai đến trong thế gian" để cứu rỗi nhân loại.

Còn Chúa Thánh thần, Ngôi Ba, vì sao giáo dân dễ "bỏ rơi"? Người Kitô hữu còn gọi Ngôi này bằng những tên khác nhau như Thần Khí, Chúa Thánh Linh vì nó không "cụ thể". Chúa Thánh thần trong đời sống người Công giáo Việt Nam nhiều lúc như xa lạ vì rằng họ chỉ tìm thấy trong các sách giáo lý về Chúa Thánh thần trong những lúc chịu phép Thêm Sức! Rồi từ đó, Chúa Thánh thần trong tâm thức người Công giáo Việt Nam chỉ như *"vị khách quý ghé thăm một lần xa xưa mà không để lại địa chỉ"* (Nguyễn Ngọc Lan, *Chủ nhật Hồng Giữa Mùa Tím*, 1977).

Vấn đề ở chỗ, từ đấy người ta nghĩ rằng nếu như người Công giáo Việt Nam thuần thành, có lòng đạo đức bình dân dồi dào, nhưng tâm thức tôn giáo lại hạn chế, nhất là đối với Chúa Thánh thần, Đấng Thường trực, dù Ngôi này chỉ đem đến cho Hội thánh thứ quyền năng duy nhất là sức lay động và chuyển thông tâm thức người Công giáo. Nhưng chính nhờ quyền năng này mà Chúa Thánh thần có thể khiến từng em bé có thể bẻ chiếc bánh mình yêu thích cho bạn mình ở sân trường, từng người hàng xóm vượt qua được khoảng đường hẹp, có khi chỉ rộng 1-2 mét hiểm nguy hơn núi, sự nghi kỵ sâu hơn sông, để chào đón người hàng xóm ở căn nhà đối diện mình.

Người Giáo dân Lê Đức Thịnh đã giúp tôi hiểu điều này khi anh bộc bạch trong thánh lễ hôn phối ấy:

"Sự hiện diện của Đức Hồng Y đã nói lên việc Tòa Thánh luôn quan tâm đến tất cả mọi thành phần trong Giáo

hội và các dân tộc khác nhau trên thế giới. Chúng con rất hạnh phúc khi Đức Hồng Y đang ở tại giáo xứ Phúc Nhạc của chúng con. Giáo xứ được thành lập từ 220 năm trước từ giáo phận Phát Diệm miền Bắc và đã được chuyển vào miền Nam từ năm 1954. Từ giáo phận đây đã xuất phát rất nhiều Giám mục, Linh mục, tu sĩ nam nữ, và đây cũng là nôi của các Thánh Tử đạo của Giáo phận, có Thánh nữ đầu tiên Annê Lê Thị Thành. Cùng hiện diện trong thánh lễ hôn phối hôm nay còn có nhiều Linh mục, tu sĩ nam nữ, anh em thân hữu, chức sắc và tín hữu các tôn giáo bạn, và nhiều anh chị em đang làm việc trong các cơ quan công quyền của chính phủ ở trung ương và các tỉnh, thành. Chúng con có thể khác nhau về tôn giáo, khác nhau về ý thức hệ, khác nhau về nhiệm vụ đời thường, nhưng chúng con có chung một tổ quốc, một dân tộc, một truyền thống văn hóa mến khách yêu người, và là người Công giáo, chúng con yêu mến Giáo hội chúng ta, chúng con yêu mến Đức Thánh Cha".

"Trọng kính Đức Hồng Y, Đức Hồng Y cũng đã biết đất nước chúng con đã trải qua bao thế kỷ chiến tranh đau thương tàn khốc. Những cuộc bách hại, dân chúng sống trong cảnh lầm than, gia đình ly tán, lòng người phân rẽ, đạo đời kiêng kỵ, quan ngại lẫn nhau. Đến hôm nay, đất nước chúng con được an bình, không còn chiến tranh, đã có sự cảm thông, hiểu biết hơn giữa đạo và đời, và có những sự cộng tác nhiều hơn để góp ích cho dân chúng, ngõ hầu chúng con ngày càng hội nhập sâu rộng hơn, với các quốc gia khác trên thế giới; đặc biệt với Giáo hội Roma, Giáo hội Mẹ của Giáo hội Việt Nam chúng con. Nhưng để hoàn thiện hơn, mỗi người chúng con còn phải cố gắng hơn nữa

trong tinh thần đối thoại, trong tình yêu thương và sự cảm thông vì hoàn cảnh lịch sử để lại. Chúng con hy vọng Đức Hồng Y luôn nhớ đến đất nước, dân tộc Việt Nam và luôn nâng đỡ cho Giáo hội Việt Nam của chúng con."

Như vậy là người giáo dân Lê Đức Thịnh đã trả lời giúp tôi rằng, người Công giáo Việt Nam không hề "bỏ rơi" Chúa Thánh thần, mà họ, ngược lại đã thấy hiểu sứ mệnh đặc biệt của Chúa Thánh thần trong Hồng Ân Thiên Chúa nói chung. Đó không chỉ là Sức lay động, Sức chuyển thông đến tâm thức tôn giáo của họ, mà còn ban cho họ *"quyền năng của Thánh thần đến trên"* họ, khi họ có thể gắn bó sau rất nhiều thử thách lịch sử, dân tộc, tổ quốc mình với chính Chúa Thánh thần.

GS. ĐQH

Hà Nội, 08/1/2000 (Tinh Hoa Việt - số Xuân Canh Tý 2020)

HSĐTG tại Giáo phận Hưng Hóa với Đức Cha Anton Vũ Huy Chương và Đức Cha Maria Vũ Tất Giám Mục Hưng Hóa, 2010.

THƯ CHUNG 1980

CON ĐƯỜNG MỚI CỦA NGƯỜI CÔNG GIÁO VIỆT NAM

JB Lê Đức Thịnh

Thư Chung 1980 đã mở ra một trang sử mới cho Giáo hội Công giáo Việt Nam trên con đường đoàn kết, hòa hợp dân tộc, mở ra một thời kỳ mới cho người Công giáo đoàn kết dân tộc xây dựng quê hương, đất nước.

**

Công giáo vào Việt Nam từ năm 1533, nhưng trong quá trình đó do nhiều nguyên nhân mà sự đồng hành cùng dân tộc của Giáo hội lại rất chậm, công tác đại đoàn kết đối với người Công giáo gặp nhiều khó khăn, phong trào đại đoàn kết của người Công giáo hầu như chỉ gói gọn trong các "xóm đạo" và việc đạo. Chỉ khi đất nước thống nhất, Giáo hội hai miền thống nhất và tổ chức thành công Đại hội Hội đồng Giám Mục Việt Nam (HĐGMVN) lần thứ nhất vào cuối tháng 4/1980, ra Thư Chung với tinh thần *"Sống Phúc âm giữa lòng dân tộc"* thì tinh thần đại đoàn kết trong đồng bào Công giáo mới thực sự trở thành phong trào sâu rộng.

Thư Chung 1980 đã mở ra một trang sử mới cho Giáo hội Công giáo Việt Nam trên con đường đoàn kết, hòa hợp dân tộc, mở ra một thời kỳ mới cho người Công giáo đoàn kết dân tộc xây dựng quê hương, đất nước.

Nội dung chính yếu của Thư Chung 1980 là khẳng định người Công giáo Việt Nam trong lòng dân tộc, điều đó cũng có nghĩa là người Công giáo Việt Nam cũng là hạt nhân của khối đại đoàn kết dân tộc, là một bộ phận không thể tách rời của Việt Nam.

Thư Chung khẳng định: *"Là Hội thánh trong lòng dân tộc Việt Nam, chúng ta quyết tâm gắn bó với vận mạng quê hương, noi theo truyền thống của dân tộc hòa mình vào cuộc sống hiện tại của đất nước."*

Có thể thấy, sau 447 năm truyền giáo thì đây là "tuyên bố" đầu tiên Giáo hội thể hiện một cách mạnh mẽ quyết tâm gắn bó với dân tộc. Giáo hội ý thức được chỉ có đoàn kết dân tộc thì mới thực hiện tốt việc gắn bó với dân tộc, mới thực sự là giáo hội của người Việt Nam, là chi thể của dân tộc, không đứng ngoài, đứng bên mà đứng trong lòng dân tộc.

Dân tộc Việt Nam có truyền thống yêu nước nồng nàn, tinh thần bất khuất, ý chí độc lập và tự cường dân tộc, cần cù, sáng tạo, đoàn kết, chia sẻ với nhau đã làm nên một Việt

Nam hào hùng. Giáo hội quyết tâm noi theo truyền thống dân tộc để hòa mình vào cuộc sống của quê hương, chính là động lực khơi dậy, thúc đẩy đồng bào Công giáo đã vốn mang trong mình dòng máu của người Việt Nam với đầy đủ các giá trị, đạo đức truyền thống của người Việt Nam.

Bắt nguồn từ đường hướng sâu xa ấy, người Công giáo Việt Nam đã xác tín là công dân của đất nước, có nghĩa vụ và quyền lợi chính đáng trong xã hội. Tham gia hoạt động trên các lĩnh vực chính trị, kinh tế-xã hội, và an ninh quốc phòng để góp phần xây dựng, phát triển đất nước, bảo vệ tổ quốc như nội dung của Đại hội HĐGMVN lần thứ VIII đề ra:

> *"Để yêu thương và phục vụ, trước hết ta phải tiếp tục đường hướng đồng hành với dân tộc, đồng cảm, chia sẻ hy vọng và thăng tiến con người. Ta không nhìn những vấn đề kinh tế, chính trị, xã hội, giáo dục như những kẻ đứng ngoài cuộc, nhưng nhận đó là những vấn đề của ta và chủ động góp phần giải quyết, hầu cho mọi người được sống và sống dồi dào."*

Trên nền tảng Thư Chung 1980, văn kiện của các Đại hội HĐGMVN sau này tiếp tục phát triển, thúc đẩy phong trào đại đoàn kết dân tộc bằng các mệnh đề cụ thể trong từng lĩnh vực.

Có thể nói tinh thần của Thư Chung 1980 đã thúc đẩy người Công giáo thực hiện tốt nghĩa vụ là người công dân, sống và làm việc theo hiến pháp và pháp luật Việt Nam. Đất nước nào, xã hội nào và thời đại nào cũng có những hạn chế, bất cập, nhưng là con dân, chúng ta không nên xem đó là vấn đề của Nhà nước, không đứng ngoài, đứng trên Nhà nước để "phán xét". Người giáo dân phải đặt mình vào xã hội, vào vị trí của một công dân trong lòng đất nước, để đồng cảm, chia sẻ những hạn chế mà cả xã hội đang tìm cách khắc phục, đồng thời phát huy truyền thống bác ái của Giáo hội trong lòng dân tộc.

Với những định hướng đúng đắn trong Thư Chung 1980, các văn kiện của giáo hội, người Công giáo Việt Nam đã có nhiều phong trào đại đoàn kết dân tộc, có ý nghĩa thiết thực, đóng góp vào quá trình phát triển đất nước, cụ thể.

Một là, người Công giáo thực hiện đoàn kết dân tộc, góp phần vào sự đồng thuận xã hội trong việc thực hiện chính sách, pháp luật.

Hai là, người Công giáo với phong trào đại đoàn kết dân tộc góp phần bảo vệ an ninh tổ quốc.

Ba là, người Công giáo đoàn kết thực hiện các phong trào an sinh xã hội.

Bốn là, người Công giáo với phong trào phòng chống đại dịch covid-19.

Năm là, người Công giáo với phong trào đoàn kết dân tộc, hội nhập văn hóa trong các dân tộc thiểu số.

Sáu là, người Công giáo với phong trào đoàn kết trong bảo vệ môi trường.

Trong những phong trào kể trên thì công tác an sinh xã hội được thể hiện ở nhiều lĩnh vực như giáo dục, được thực hiện rất sớm với 3 mô hình:

1. Thành lập trường, lớp mẫu giáo tư thục, nhóm trẻ, thành lập các Trung tâm dạy nghề do Giáo phận, dòng tu

đảm nhận. Trong các cơ sở dạy nghề, các em được học văn hóa, học ngoại ngữ, đào tạo nghề, kỹ năng trong nội trợ, cách tổ chức cuộc sống gia đình, tạo lập cho các em các kỹ năng mềm;

2. Thành lập lưu xá học sinh, hỗ trợ các em nghèo hiếu học. Ngoài việc đi học, các em được dạy các kỹ năng sống, biết chia sẻ, sống có trách nhiệm với gia đình và xã hội. Một điểm nổi bật của công tác an sinh xã hội còn là hoạt động y tế và từ thiện nhân đạo. Hoạt động này chủ yếu hướng đến người nghèo, người bệnh và được triển khai đa dạng ở nhiều lĩnh vực với cấp độ và quy mô khác nhau.

3. Các giáo phận thành lập các trung tâm, nhà mồ côi, cơ sở chăm sóc bệnh nhân phong, trẻ khuyết tật. gắn với tên tuổi của nhiều tu sĩ.

Trải qua nhiều năm tháng hoạt động an sinh xã hội của Công giáo không chỉ mang lại hiệu quả trong hỗ trợ, giúp đỡ về vật chất mà cao hơn là về mặt tinh thần. Sự chăm sóc tận tình, thái độ tôn trọng và cảm thông không ranh giới với người bệnh, người nghèo của các tu sĩ chính là nguồn động viên, khích lệ người có hoàn cảnh khó khăn vươn lên, góp phần làm giảm tải gánh nặng ngân sach nhà nước, đóng góp vào phát triển bền vững của xã hội.

Và đặc biệt trong bối cảnh đại dịch Covid-19, phong trào phòng chống dịch bệnh đã được người Công giáo nêu gương.

Ngay từ ngày 02/02/2020 HĐGMVN đã ra Thông báo kêu gọi tín đồ dành một tuần cầu nguyện để thế giới qua cơn đại dịch, cầu cho các nhà khoa học sớm tìm ra thuốc chữa trị căn bệnh và bệnh nhân bị nhiễm sớm khỏi bệnh. Theo đó Giám mục các giáo phận đã ban hành Thư Chung, Thư Mục vụ, Thư Luân lưu hướng dẫn các Linh mục, tu sĩ và tín đồ phòng chống dịch và thực hiện các lễ nghi tôn giáo trong tình hình mới.

Trong các văn thư của các Tòa Giám Mục ngoài nội dung hướng dẫn chức sắc, tín đồ thực hiện phòng chống dịch, còn có nội dung kêu gọi mọi người ủng hộ giúp đỡ công tác phòng chống dịch. Một ví dụ là ngày 28/3/2020, Tòa Giám mục Bùi Chu ban hành Thông báo, trong đó nêu cao trách nhiệm xã hội:

"Ngay tại Roma và biết bao giáo phận trên toàn thế giới, các vị chủ chăn đã phải quyết định ngưng mọi Thánh lễ và các sinh hoạt mục vụ có tập trung đông người. Trong sự hiệp thông với Đức Giáo Hoàng, với giáo hội hoàn vũ, cùng với cộng đồng xã hội tại Việt Nam, chúng ta ý thức trách nhiệm bảo vệ sức khỏe và sự sống của chúng ta và của mọi người."

Hưởng ứng lời kêu gọi của Đoàn Chủ tịch UBTƯ MTTQ Việt Nam, của các vị lãnh đạo Giáo hội, nhiều giáo phận, giáo xứ, dòng tu đã có các hoạt động bác ái xã hội thiết thực, giúp đỡ mọi người có hoàn cảnh khó khăn trong đại dịch.

Các phong trào đoàn kết dân tộc trở nên thiết thực và hiệu quả khi Giáo hội gắn trách nhiệm với đức tin, đề cao những gương tốt lành trong giáo hội.

Khó có thể kể hết được những đóng góp của người Công giáo trong phong trào đại đoàn kết dân tộc trong suốt nhiều năm qua. Để cho phong trào này ngày một lan rộng, có sức sống bền bỉ trong mỗi tín đồ Công giáo thì hơn lúc nào hết người Công giáo hãy tiếp tục suy ngẫm và thực hiện chỉ dẫn của giáo hội tại Thư Mục Vụ Đại hội lần II của HĐ GMVN:

"Chúng tôi cũng mong anh chị em đọc lại Thư Chung 1980 của HĐGMVN. Bức thư đó đã đem lại cho chúng ta một niềm tin phấn khởi và giúp chúng ta đạt được nhiều thành tích tốt đẹp cả về hai mặt đạo đời"./-

LĐT

(báo Tinh Hoa Việt,
số 129-ngày 10/8/2000)

Cùng Dòng "Đức Maria - Mẹ Hy Vọng" (nay là Dòng "Chứng Nhân Đức Tin") gặp gỡ Đức Cha Vũ Huy Chương Giám Mục Đà Lạt, năm 2011.

NGƯỜI CÔNG GIÁO VIỆT NAM THAM GIA PHÁT TRIỂN KINH TẾ ĐẤT NƯỚC

JB Lê Đức Thịnh

Vài nét về Công giáo ở Việt Nam

Công giáo được truyền vào Việt Nam từ năm 1533, hiện là một trong các tôn giáo lớn ở Việt Nam, với khoảng 6,7 triệu tín đồ, chiếm gần 7% dân số cả nước. Là tôn giáo có hàng ngũ giáo sĩ, tu sĩ được đào tạo bài bản chuyên hoạt động tôn giáo: 45 giám mục, 5.431 Linh mục, 26 giáo phận, 3.057 giáo xứ (tính đến 31/12/2015), 124 dòng tu với khoảng 18.000 tu sĩ đã hoạt động ổn định ở 63 tỉnh, thành phố trong cả nước.

Lịch sử hình thành và phát triển Công giáo ở Việt Nam gắn liền với lịch sử dân tộc, gắn với quá trình xây dựng và phát triển đất nước. Trong công cuộc đổi mới đất nước, cùng với xu hướng toàn cầu hóa, hội nhập quốc tế, ngoài việc củng cố tổ chức, thành lập các tổ chức tôn giáo trực thuộc và đẩy mạnh các hoạt động truyền giáo, Giáo hội Công giáo luôn cổ vũ các thành phần trong Giáo hội hoạt động kinh tế, tham gia công tác an sinh xã hội.

Thông qua các sinh hoạt tôn giáo, chức sắc, tu sĩ Công giáo đã góp phần nâng cao trình độ nhận thức cho đồng bào chăm chỉ làm ăn, phát triển kinh tế, biết cách làm giàu, vươn lên thoát nghèo, nêu cao tinh thần yêu nước, ý chí tự lực tự cường, chung sức đồng lòng với tôn giáo bạn, đồng bào cả nước xây dựng và phát triển đất nươc ngày một giàu mạnh. Có thể nói, Công giáo là một kênh quan trọng đưa chính sách, pháp luật về kinh tế-xã hội và tôn giáo của Đảng và Nhà nước vào cuộc sống.

Nhận thức của người Công giáo đối với phát triển kinh tế

Giáo hội Công giáo đã và đang nỗ lực cùng với chính quyền các cấp chăm lo đời sống vật chất và tinh thần cho người dân, trên nền tảng của tình người, tình dân tộc, không những vì sự phát triển của đất nước, mà còn vì chính đời sống của tín đồ và sự lớn mạnh của Giáo hội.

Ngay từ **Thư Chung 1980**, Giáo hội đã khẳng định: lòng yêu nước của chúng ta phải thiết thực, nghĩa là chúng ta phải ý thức những vấn đề hiện tại của quê hương, phải hiểu biết đường lối, chính sách và pháp luật của Nhà nước và tích cực cùng đồng bào toàn quốc góp phần bảo vệ và xây dựng một nước Việt Nam giàu mạnh, tự do và hạnh phúc. Giáo hội không cho những vấn đề kinh tế, chính trị, xã hội, giáo dục không ảnh hưởng đến Giáo hội, mà nhận thức đó là những vấn đề của Giáo hội và chủ động góp phần giải quyết cho mọi người được sống và sống dồi dào. Giáo hội không thể thờ ơ với những chương trình phát triển cũng như tình trạng nghèo đói và những tệ nạn xã hội, bởi Giáo hội ý thức mình là thành viên của cộng đồng dân tộc với tất cả quyền lợi và nghĩa vụ.

Trong sản xuất, phát triển kinh tế, Giáo hội còn giáo dục tín đồ phải biết bảo vệ môi trường. Hồng y Phạm Minh Mẫn trong Thư Mục Vụ Tổng giáo phận Saigon năm 2009 đã nhấn mạnh: *"Bổn phận người Kitô hữu còn là tôn trọng, giữ gìn bảo vệ môi trường. Đầu tư vào sản xuất cần quan tâm tới tác động môi trường. Dù không phải là nhà sản xuất, mỗi người đều phải biết bảo vệ và giữ gìn môi trường sống của mình và của mọi người bằng những hành động cụ thể trong đời sống hàng ngày, như: không xả rác nơi công cộng, không làm mất vệ sinh nơi khu xóm. Đối với các tín hữu gìn giữ, bảo vệ, chăm sóc môi trường thiên nhiên không chỉ là một trách nhiệm xã hội, mà còn là đòi hỏi của niềm tin, là một nghĩa vụ cao cả vì lẽ ta được cộng tác với Thiên Chúa trong công trình tạo dựng."*

Từ chủ trương của Giáo hội, các chức sắc, tu sĩ của Giáo hội đã truyền tải đến tín đồ để họ nâng cao nhận thức chăm chỉ trong làm ăn phát triển kinh tế, xóa đói giảm nghèo, thay vì trông chờ ỷ lại vào Nhà nước.

Người Công giáo trong hoạt động kinh tế

Đánh giá việc Công giáo với hoạt động kinh tế không phải qua khối lượng tài sản to lớn mà người Công giáo tạo ra, mà cần đánh giá hành vi, thái độ của người Công giáo tham gia các hoạt động kinh tế. Với những lời răn dạy trong giáo lý Công giáo đã góp phần củng cố các giá trị định hướng con người nên lương thiện, nhân văn hơn trong các hoạt động kinh tế và giao dịch thương mại. Khi tín đồ có niềm tin tôn giáo thì trách nhiệm trong hoạt động kinh tế được thực hiện bằng chính niềm tin, tinh thần hăng say lao động và làm giàu chính đáng, đây cũng là mục tiêu trong làm ăn kinh tế luôn được Giáo hội khuyên dạy và cũng phù hợp với tư duy phát triển kinh tế theo hướng bền vững của Đảng và Nhà nước Việt Nam.

Gần 7 triệu tín đồ Công giáo là một lực lượng quan trọng có nghĩa vụ, trách nhiệm và quyền lợi trong phát triển kinh tế. Họ là những người trực tiếp sản xuất ra của cải, vật chất vừa tự lo cho gia đình, vừa cùng tín đồ các tôn giáo bạn và cộng đồng xã hội làm nên sự phát triển của đất nước. Tăng trưởng kinh tế ổn định hàng năm của cả nước có sự đóng góp quan trọng của các tín đồ Công giáo.

Các tu sĩ dòng Phú Quý trao đổi thân mật với ông Huỳnh Tấn Phát đến thăm cơ sở HTX sản xuất này ở Phú Nhuận năm 1986, do ông Lê Đức Thịnh làm Chủ Nhiệm.

Quá trình truyền giáo, các chức sắc, tu sĩ là người có trình độ, có vốn kiến thức xã hội, họ chỉ dạy người dân biết tổ chức cuộc sống, biết áp dụng khoa học kỹ thuật vào sản xuất, biết chọn giống vật nuôi, cây trồng. Thông qua sinh hoạt tôn giáo, Giáo hội biết rõ đời sống kinh tế của từng hộ gia đình trên địa bàn, từ đó tìm cách giúp đỡ họ. Với gia đình nghèo thì hỗ trợ cho vay vốn không lãi để sản xuất, chăn nuôi, hỗ trợ kỹ thuật, giống. Với gia đình sản xuất giỏi họ giúp tìm đầu ra cho sản phẩm, tạo công ăn việc làm cho thanh niên (Dòng Don Bosco, Vinh Sơn, Francico). Điều này đã thay đổi nhận thức của tín đồ trong phát triển kinh tế, chăm chỉ làm ăn, nâng cao trình độ sản xuất, phổ biến kinh nghiệm, kỹ thuật trong sản xuất, góp phần giúp đỡ đồng bào thoát nghèo.

Nhiều Linh mục trong quá trình truyền giáo đã tranh thủ học nông nghiệp, học kinh nghiệm cách trồng, chăm sóc cây cà phê, mời các người có chuyên môn về chỉ dạy người dân cách trồng cây cà phê, cách chăn nuôi, tổ chức cuộc sống, nhờ thế mà nhiều gia đình đã thoát nghèo, xây dựng được nhà cửa khang trang. Các giáo phận thành lập nhóm tín dụng giúp phụ nữ người dân tộc phát triển kinh tế hoạt động hiệu quả. Năm 2016, giáo phận Đà Lạt đã tổ chức các khóa tập huấn cho người dân về nông nghiệp bền vững, nông nghiệp sinh thái, quản lý cộng đồng và lâm nghiệp, thực hành nông nghiệp tốt.

Phát triển kinh tế trên nền tảng đức tin chính là sự phát triển bền vững vì mục tiêu chung, hạn chế cách làm ăn vì lợi nhuận trước mắt mà ảnh hưởng đến sức khỏe cộng đồng và môi trường. Điển hình là mô hình trồng rau sạch của Tu hội Truyền giáo Thánh Vinh Sơn, cộng đoàn K'Long của Dòng Don Bosco, hàng năm cung cấp hàng tấn rau sạch đến tay người tiêu dùng; các mô hình nhân rộng giống mít ngon, giống bò tốt cho người dân trong vùng của Dòng Nữ vương Hòa Bình (Daklak). không chỉ tác dụng đến tâm lý người tiêu dùng biết chọn lựa sản phẩm sạch vì sức khỏe, mà còn tác động đến hành vi, đạo đức của các hộ gia đình kinh doanh, sản xuất các sản phẩm cùng loại trên địa bàn.

Hoạt động kinh tế của đồng bào Công giáo còn được thể hiện rõ nét trong hoạt động y tế, giáo dục và từ thiện nhân đạo, mà chủ thể là các giáo phận, giáo xứ, dòng tu và thông qua các hoạt động cụ thể của chức sắc, tu sĩ Công giáo. Họ vừa là người kêu gọi nguồn vốn, vừa là người tổ chức cho tín đồ thực hiện các hoạt động an sinh xã hội, góp phần cùng các thành phần trong xã hội giảm nghèo và vươn lên giàu, Điển hình như Giáo phận Xuân Lộc từ năm 2002 đến nay đã chi 1.320 tỷ đồng cho các hoạt động an sinh xã hội; Giáo phận Long Xuyên năm 2016 đã chi hơn 32 tỷ đồng cho các hoạt động bác ái.

Có thể nói, thành quả trong việc chăm lo đời sống kinh tế-xã hội của người dân xuất phát từ chủ trương, chính sách phát triển kinh tế chung của đất nước. Nhưng với sự năng động và tinh thần cộng đồng trách nhiệm của người Công giáo đã không ngừng góp phần hiệu quả vào phát triển kinh tế xã hội./

JB LĐT

(Tạp chí Mặt Trận,
số 172 tháng 12/2017)

VATICAN VÀ ĐẢNG CSVN:

CHUYỂN BIẾN MỚI VỀ Ý THỨC HỆ

Nguyễn Văn Hưởng

Thượng Tướng, nguyên UVTƯ, nguyên Thứ Trưởng Bộ Công An

3. Từng bước gỡ bỏ hiểu lầm và tiến đến chấm dứt đối đầu ý thức hệ giữa Công giáo và Nhà nước CHXHCNVN *(lược bỏ phần 1. và 2.)*

3.1. Chính sách tôn giáo nói chung và chính sách đối với người Công giáo nói riêng của Đảng và Nhà nước Việt Nam đã tác động mạnh mẽ đến Tòa thánh Vatican và Giáo hội Công giáo Việt Nam. Cả hai đều nhận ra rằng đã đến lúc cần phải tiến đến đối thoại với Đảng và Nhà nước Việt Nam Cộng sản nhằm tìm ra tiếng nói chung, tránh để tình trạng hiểu lầm, căng thẳng kéo dài.

Đối với Giáo hội Việt Nam, chỉ năm ngày sau khi Sài Gòn giải phóng, Tổng Giám mục Nguyễn Văn Bình đã có Thư chung ngày 05/5/1975 gửi Linh mục, tu sĩ và anh chị em giáo dân, trong thư có viết: *"Hơn mọi lúc, giờ đây người Công giáo phải hòa mình vào nhịp sống của Toàn dân, đi sâu vào lòng dân tộc… Điều quan trọng là biết hướng về tương lai, cùng với mọi anh em đồng bào dưới sự hướng dẫn của Chính phủ Cách mạng lâm thời xây dựng một đất nước Việt Nam thịnh vượng, một xã hội mới tiến bộ, công bình, giàu tình thương."*

Cũng trong bối cảnh thống nhất đất nước, Tổng giám mục hai Tổng Giáo phận Sài Gòn và Huế đưa vào ***Thư chung năm 1976*** như sau: *"Không có 'khối Công giáo' như một thế lực chính trị, người Công giáo là thành phần của cộng đồng dân tộc, hoàn toàn hòa mình trong cuộc sống đồng bào, cùng chung nỗi vui mừng, niềm hi vọng và nỗi lo âu của Toàn dân."*

Tinh thần hòa nhập vào dân tộc của Giáo hội Công giáo Việt Nam được thể hiện mạnh nhất trong ***Thư chung năm 1980***. Đây là một văn bản có tính định hướng rõ rệt của Hội đồng Giám mục Việt Nam, qua đó xác quyết rõ ràng đường hướng: Gắn bó, đồng hành cùng dân tộc, với phương châm *"Sống Phúc Âm giữa lòng dân tộc để phục vụ hạnh phúc của đồng bào."*

3.2. Đối với Tòa thánh Vatican, tháng 7/1989, Hồng y Roger Etchegaray đã dẫn đầu đoàn đại diện Vatican thực hiện chuyến thăm đầu tiên tới Việt Nam, đặt cột mốc đầu tiên trong quan hệ ngoại giao hai bên.

Từ năm 1990 đến 2009, hai bên đã có nhiều cuộc tiếp xúc, làm việc cấp cao để tăng cường đối thoại, thấu hiểu lẫn nhau. Tháng 11/2007, Thủ tướng Nguyễn Tấn Dũng tới thăm Giáo Hoàng Benedicto 16 tại Tòa thánh Vatican nhân chuyến thăm Italy. Ngày 11/12/2009, Chủ tịch nước Nguyễn Minh Triết tiếp tục có cuộc gặp với Giáo Hoàng Benedicto 16 tại Tòa thánh Vatican. Cũng trong năm này, Việt Nam - Vatican quyết định thành lập các *"Nhóm Công tác hỗn hợp Việt Nam - Vatican"* để thảo luận vấn đề về quan hệ ngoại giao. Chính phủ Việt Nam và Vatican đã có thỏa thuận 3 điểm: không công kích nói xấu lẫn nhau; không ủng hộ một nhóm thứ ba nào để chống bên kia; khi Vatican muốn bổ nhiệm từ Giám mục, Giám quản trở lên phải có ý kiến của Chính phủ Việt Nam đồng ý thì mới ra quyết định.

Đặc biệt, vào năm 2010, Công giáo La Mã và Công giáo Việt Nam lần đầu tiên thể hiện việc nhận ra những lỗi lầm trước kia của mình. Trước khi Giáo hội Công giáo Việt Nam bước vào Năm Thánh 2010, ***"Sứ điệp của Đức Thánh Cha Benedicto 16"*** gửi Giáo hội Công giáo Việt Nam có đoạn:

> *"Năm Thánh là một thời điểm chứa chan ân sủng, thuận lợi cho việc hòa giải với Thiên Chúa và anh em đồng loại. Trong ý hướng đó, chúng ta nên nhìn nhận những sai lỗi chúng ta đã phạm trong quá khứ và hiện tại, đối với anh em đồng đạo và đồng bào, và xin mọi người tha thứ."*

Với tinh thần răn dạy đó của Giáo Hoàng, tại lễ khai mạc Năm Thánh 2010 tại Sở Kiện, Hà Nam, Hội đồng Giám mục Việt Nam đã công khai lên tiếng nhìn nhận những sai lỗi của

Giáo hội Công giáo đã phạm phải trong quá khứ và hiện tại đối với đồng đạo, đồng bào và xin mọi người tha thứ.

Tháng 1/2011, Tòa thánh chính thức bổ nhiệm Đức Ông Leopoldo Girelli làm Đặc phái viên không thường trú của Vatican tại Việt Nam.

Năm 2013, Giáo Hoàng Benedicto 16 tiếp Tổng bí thư Nguyễn Phú Trọng tại Vatican. Đây là lần đầu tiên Giáo Hoàng tiếp đón người đứng đầu Đảng Cộng sản Việt Nam theo nghi thức nguyên thủ quốc gia. Điều đó cho thấy sự nhìn nhận lại về chủ nghĩa cộng sản của Giáo hội nói chung, và sự ghi nhận của Vatican đối với Đảng Cộng sản Việt Nam nói riêng.

Có thể nói, những tín hiệu phát đi từ các thông điệp của Tòa thánh Vatican cũng như Giáo hội Công giáo Việt Nam đều tương đối tích cực, cho thấy một thái độ điều chỉnh bằng việc tuyên bố nhận ra những sai lỗi và mong muốn được đóng góp vào sự phát triển chung của Việt Nam. Sự chuyển biến này được ghi nhận, căng thẳng về ý thức hệ giữa Vatican và Nhà nước Việt Nam Cộng sản đã giảm bớt, nhiều kiến nghị của hai bên được ghi nhận. Tiến trình thiết lập quan hệ ngoại giao Việt Nam - Vatican có nhiều triển vọng tốt đẹp.

Tuy nhiên, Sứ điệp của Tòa thánh Vatican năm 2019 gửi Giáo hội Công giáo Việt Nam mới dừng ở việc chỉ đạo hòa giải và nhận những sai lỗi đã phạm trong quá khứ và hiện tại. Trong khi đó, việc Công giáo đối đầu với Cộng sản trên thực tế vẫn còn tồn tại. Đây là vấn đề cản trở những người theo đạo Thiên Chúa tham gia vào các tổ chức chính trị, xã hội ở Việt Nam.

3.3. Ngày 20/10/2018, Vatican và Việt Nam đã thống nhất nâng quan hệ ngoại giao lên mức *"Đại diện Thường trú"* sau cuộc hội kiến giữa Phó Thủ tướng Trương Hòa Bình với Giáo Hoàng Franciscus. Đây chính là tiền đề để 5 năm sau, vào ngày 27/7/2023, trong chuyến thăm của Chủ tịch nước Võ Văn Thưởng tới Tòa thánh Vatican, Việt Nam và Tòa thánh đã chính thức ký kết *"Thỏa thuận về Quy chế của Đại diện Thường trú của Tòa Thánh và về Văn phòng Đại diện Thường trú của Tòa Thánh tại Việt Nam"*, mở ra một bước ngoặt lớn trong quan hệ ngoại giao giữa Việt Nam và Vatican, hướng đến việc thiết lập lại chế độ thường trú của Đại diện Thường trú (Khâm sứ) của Tòa Thánh tại Việt Nam, lần đầu tiên kể từ năm 1975.

Trước sự kiện nói trên, Giáo Hoàng Franciscus đã đưa ra bức thư chung mới nhất gửi cộng đoàn Công giáo Việt Nam vào ngày 8/9/2023.

Nội dung thư trước hết công nhận mối quan hệ giữa Tòa thánh Vatican với chính danh Nhà nước Cộng hòa Xã hội chủ nghĩa Việt Nam. Giáo Hoàng bày tỏ rằng cuộc gặp với Chủ tịch nước Võ Văn Thưởng có ý nghĩa quan trọng trong tiến trình tăng cường mối quan hệ giữa hai bên, đồng thời bày tỏ rằng Việt Nam và Vatican có thể cùng nhau tiến tới và sẽ còn tiến hơn nữa, nhờ nhìn nhận những điểm tương đồng và tôn trọng những khác biệt về lịch sử và kinh nghiệm sống. Thông qua việc đồng hành, lắng nghe và thấu hiểu nhau, Giáo Hoàng tin tưởng rằng hai bên sẽ tìm ra được con đường tốt nhất để phục vụ thiện ích của dân tộc Việt Nam và Hội Thánh.

Bên cạnh việc đánh giá cao những cuộc trao đổi, hợp tác và ghi nhận sự quan tâm của Chính phủ Việt Nam đối với Công giáo, Giáo Hoàng khuyên nhủ các tín hữu Công giáo:

> *"Đem tinh thần Phúc Âm vào các thực tại trần thế, thể hiện căn tính của mình là người Kitô hữu tốt và là công dân tốt"*
>
> *"Tham gia đóng góp cho thiện ích chung trong mọi lĩnh vực của đời sống xã hội trên đất nước mình."*

Đặc biệt, Giáo Hoàng nhắc lại lời răn của Đức Thánh Cha Benedicto 16 năm 2009 đối với các Giám mục Việt Nam như một thông điệp dành cho Toàn thể tín đồ Công giáo Việt Nam:

> *"Hội Thánh kêu gọi các tín hữu hãy chân thành dấn thân xây dựng một xã hội chính trực, liên đới và công bằng. Hội Thánh tuyệt đối không có ý định thay thế các vị lãnh đạo chính quyền, nhưng chỉ ước mong có thể tham gia một cách chính đáng vào đời sống của đất nước, để phục vụ dân tộc, trong tinh thần đối thoại và cộng tác với sự tôn trọng."*

Cuối thư, Giáo Hoàng xin Thiên Chúa soi sáng và hướng dẫn cho các tín đồ Công giáo Việt Nam trong cuộc sống và trong các tương quan với chính quyền dân sự, với tất cả mọi người không phân biệt tôn giáo, sắc tộc, văn hóa; xin Thiên Chúa ban ân sủng cho Toàn thể Hội Thánh Công giáo tại Việt Nam cũng như cho đất nước và dân tộc Việt Nam yêu dấu.

Có thể nhìn nhận Thư chung của Giáo Hoàng Franciscus ngày 8/9/2023 mang những nội dung tích cực, rõ ràng hơn so với Sứ điệp năm 2010 của Đức Thánh Cha Benedicto 16. Bởi lẽ, Giáo Hoàng đã xác định rõ, Đảng Cộng sản có thể khác biệt về tư tưởng, song không có mục đích đối đầu với Giáo hội. Điều này có nghĩa là Công giáo và Cộng sản từ nay sẽ không còn là kẻ thù của nhau.

4. Một vài nhận xét về Thư chung của Giáo Hoàng Franciscus ngày 8/9/2023

Xem xét Toàn bộ quá trình trên, ta có thể thấy được, kể từ ***Thỏa Thuận 3 Điểm*** năm 2018 đến nay, mối quan hệ giữa Việt Nam và Vatican đã có những bước tiến rất đáng kể. Thư chung của Giáo Hoàng Franciscus ngày 8/9/2023 được coi là một dấu mốc lịch sử quan trọng, mang những ý nghĩa chiến lược như sau:

Thứ nhất, Thư chung năm 2023 đã chính thức xóa bỏ, vô hiệu hóa Thư chung năm 1931 của Giáo Hoàng Pius XI, chấm dứt hoàn toàn thái độ thù địch do đối đầu ý thức hệ giữa Công giáo với chủ nghĩa cộng sản nói chung và chế độ Cộng sản tại Việt Nam nói riêng. Đây là một sự thừa nhận của đôi bên: Đảng Cộng sản Việt Nam công nhận Tòa thánh Vatican là đối tác hữu nghị; và ngược lại, Vatican công nhận Đảng Cộng sản Việt Nam, Nhà nước Cộng hòa Xã hội Chủ nghĩa Việt Nam không phải là mối đe dọa đối với Vatican. Điều này cho thấy một bước tiến lớn trong quan hệ Việt Nam - Vatican ***sau gần một thế kỉ "đóng băng"*** do những xung đột về ý thức hệ. Đó chính là thành tựu to lớn, xứng đáng với những nỗ lực của Đảng và Nhà nước Cộng hòa Xã hội Chủ nghĩa Việt Nam trong việc đảm bảo quyền tự do tôn giáo, tín ngưỡng của công dân Việt Nam.

Trên thực tế, quan hệ hai bên đã có những bước tiến nhất định trong suốt hơn một thập kỷ qua. Đây là một cột mốc đáng ghi nhận, bởi hai bên đã sẵn sàng đối thoại về những sự khác biệt để cùng dung hòa, chấp nhận lẫn nhau… Điều đó cho thấy một sự thấu hiểu sâu sắc về chính trị và ngoại giao. Cả Việt Nam và Vatican đã chính thức tuyên bố xóa bỏ trạng thái đối địch, cùng nhau chung sống hòa bình như những người bạn. Hai bên không những không mất đi tư tưởng riêng của mình, mà còn thêm tôn trọng bản sắc của nhau để cùng tồn tại và phát triển.

Những lời khuyên răn của Giáo Hoàng trong Thư chung 2023 như đã gỡ một nút thắt lớn trong tư tưởng của Giáo hội Việt Nam, làm thay đổi nhận thức của giáo dân, từ đó chính thức mở ra một thời đại mới – thời đại của hòa hợp, cùng xây dựng và phát triển đất nước, với tư cách "một Kitô hữu và một công dân Việt Nam". Giáo Hoàng đã xác định rất rõ rằng Đảng Cộng sản có thể khác biệt về tư tưởng song không có mục đích đối đầu với Giáo hội, nên giáo dân cũng cần xác định rõ vai trò của mình đối với đất nước. Sự cởi trói về tư tưởng này sẽ giúp các tín đồ công giáo Việt Nam xóa bỏ định kiến về Đảng Cộng sản, cởi bỏ những khác biệt để củng cố vững chắc khối đại đoàn kết dân tộc, cùng chung sống cởi mở, hòa hợp, chung tay phát triển đất nước. Trong đó, những tín đồ Công giáo sẽ tham gia các tổ chức chính trị, xã hội không bị Giáo hội ngăn cấm.

Sự ghi nhận trong Thư chung 2023 về mối quan hệ giữa Vatican và Nhà nước Cộng hòa Xã hội Chủ nghĩa Việt Nam sẽ khiến cho hoạt động lợi dụng tôn giáo để chống phá Đảng và Nhà nước sẽ giảm đi rất nhiều trong thời gian tới.

Tòa thánh thậm chí có thể sẽ can thiệp để các thành phần chống đối không thể xuyên tạc về Đảng Cộng sản Việt Nam như trước nữa. Bởi lẽ, chính sự công nhận của Giáo Hoàng Franciscus đã trở thành minh chứng rõ nhất cho tinh thần tự do tôn giáo và thiện chí hòa hợp dân tộc của người Việt, dưới sự lãnh đạo của Đảng Cộng sản Việt Nam. Nhờ đó, các thông tin sai sự thật về tự do tôn giáo tại Việt Nam sẽ sớm bị đẩy lùi để không làm ảnh hưởng đến quan hệ giữa Đảng, Nhà nước và Tòa thánh Vatican.

Ngược lại, thông điệp của Giáo Hoàng khi được quán triệt trong toàn bộ hệ thống chính trị Việt Nam cũng sẽ góp phần xóa bỏ định kiến coi Công giáo là kẻ thù, là những người cực đoan do những ảnh hưởng từ lịch sử. Điều này cũng sẽ góp phần làm thay đổi nhận thức của toàn thể nhân dân Việt Nam, khiến mỗi người đều xem những người Công giáo như một bộ phận tất yếu cấu thành khối đại đoàn kết dân tộc, tôn trọng sự khác biệt và chung sống hòa bình. Những vụ việc liên quan đến tôn giáo nói chung và Công giáo nói riêng cũng sẽ được nhìn nhận, xử lí một cách công bằng, khách quan như những vấn đề khác của đời sống chứ không liên quan đến ý thức hệ.

Bức Thư chung của Giáo Hoàng Franciscus – người đứng đầu Tòa thánh Vatican gửi cho giáo hội và giáo dân Việt Nam, song thực chất nó cũng gián tiếp gửi đến Đảng Cộng sản, Chính phủ, Nhà nước Việt Nam. Quan hệ Việt Nam - Vatican đã đạt đến mức dung hòa sự khác biệt giữa hai bên, và điều này sẽ giúp giải quyết, tháo gỡ những hiểu lầm, vướng mắc có thể xảy ra trong tương lai, một cách nhanh chóng và tốt đẹp hơn.

Vatican có uy tín lớn trên thế giới, bởi vậy việc bình thường hóa quan hệ với Tòa thánh cũng sẽ góp phần khẳng định và nâng cao vị thế của Việt Nam trên trường quốc tế, giúp Việt Nam đạt được nhiều thuận lợi cho con đường bảo vệ và phát triển đất nước trong tương lai.

Như vậy, ta có thể kết luận rằng, Thư chung 2023 của Giáo Hoàng Franciscus là một dấu mốc lịch sử, một bước ngoặt quan trọng trong quan hệ Việt Nam - Vatican, đánh dấu sự chuyển đổi từ thế đối đầu ý thức hệ sang hợp tác, hữu nghị, mở ra một chương mới trong chính sách đối ngoại của Việt Nam. Đồng thời, bức thư cũng có ý nghĩa to lớn, giúp ổn định, cân bằng xã hội Việt Nam, khiến các giáo dân và Giáo hội Việt Nam hiểu rõ chính sách khuyến khích tự do tín ngưỡng của Đảng và Nhà nước, từ đó củng cố niềm tin vào sự lãnh đạo đất nước của Đảng Cộng sản Việt Nam.

Cần phải ghi nhận và hoan nghênh những nỗ lực của nhiều thế hệ người Công giáo yêu nước – những người đã dũng cảm đấu tranh vì tự do tôn giáo, vì sự hợp tác, xóa bỏ hiểu lầm giữa Công giáo với Đảng Cộng sản Việt Nam.

Nhờ quá trình đấu tranh gian khổ, quyết liệt cùng những hy sinh to lớn của những người như Linh mục Phero Võ Thành Trinh, Linh mục Phero Nguyễn Công Danh, Hiệp sĩ Đại Thánh Giá JB Lê Đức Thịnh… mà mối quan hệ giữa Công giáo và Đảng Cộng sản Việt Nam đạt được những thành tựu như ngày hôm nay.

Đảng và Nhà nước cần tiếp tục động viên, khích lệ kịp thời để họ làm tốt hơn nữa công tác hòa hợp, đoàn kết dân tộc, phổ biến cho giáo dân thực hành tốt những lời dạy của Giáo Hoàng trong ***Thư chung 2023***.

Đồng thời, Nhà nước cũng cần ghi nhận sự cống hiến của các lực lượng hoạt động trên lĩnh vực tôn giáo – đó là cuộc chiến tranh thầm lặng, kiên trì, gian khổ và quyết liệt của nhiều lực lượng, xuyên suốt nhiều thế hệ để bảo vệ chân lý, giá trị văn hóa của dân tộc; gieo vào cộng đồng Công giáo niềm tin đối với Đảng và Bác Hồ về chính sách đại đoàn kết dân tộc và tự do tôn giáo.

Trên thực tế, những định kiến về ý thức hệ không thể một sớm một chiều thay đổi được, mà cần phải trải qua cả một quá trình chuyển biến tích cực,

Toàn diện trong hệ thống chính trị cũng như trong mỗi người dân Việt Nam. Giáo hội Việt Nam và các cấp chính quyền, nhất là cấp cơ sở, địa phương cần kết hợp chặt chẽ, kiên trì hơn nữa để cùng nhau quán triệt, lan tỏa tinh thần của Thư chung 2023 một cách sâu rộng trong quần chúng, để củng cố thêm khối đại đoàn kết dân tộc.■

NVH

(trích Tạp chí Nghiên cứu Phát triển Phương Đông)

THƯ ĐỨC THÁNH CHA FRANCICO GỞI CỘNG ĐOÀN CÔNG GIÁO VN

Huy hiệu của Giáo Hoàng

Trưa thứ Sáu 29.9.2023, Phòng báo chí Tòa Thánh đã công bố thư mục vụ của Đức Thánh Cha gởi cộng đoàn Công giáo Việt Nam. Trong bức thư đề ngày 8.9.2023, Đức Thánh Cha Francico khen ngợi đức tin của tín hữu Việt Nam và mời gọi chúng ta sống đức tin và làm chứng cho tình yêu và lòng bác ái của Chúa Giêsu giữa lòng dân tộc.

Gởi cộng đoàn Công giáo Việt Nam nhân dịp công nhậnThỏa thuận về Qui chế cho Đại diện thường trú của Tòa Thánh và Văn phòng Đại diện thường trú của Tòa Thánh tại Việt Nam

*

Quý Giám mục, Linh mục, anh chị em Tu sĩ và cộng đồng Dân Chúa tại Việt Nam thân mến,

Nguyện xin ân sủng và bình an của Chúa ở cùng anh chị em. Chúng ta hãy vui mừng tạ ơn Chúa, vì tình yêu của Chúa vĩnh cửu và luôn mãi tín trung.[1]

Tôi ao ước gởi thư này đến anh chị em, nhân dịp công nhận Thỏa thuận giữa Chính phủ nước Cộng hòa Xã hội Chủ nghĩa Việt Nam và Tòa Thánh về Quy chế cho Đại diện thường trú của Tòa Thánh tại Việt Nam. Đức tin của Hội Thánh Công giáo trên quê hương của anh chị em được sinh ra và lớn mạnh qua bao thế hệ, đã đặt nền tảng trên giới răn: *"Ngươi phải yêu mến Chúa là Thiên Chúa ngươi hết lòng, hết linh hồn và hết trí khôn ngươi"* (Mt 22, 37-38). Quả vậy, đức ái là thước đo của đức tin, và đức tin là linh hồn của đức ái, và chớ quên rằng lòng yêu mến Thiên Chúa và yêu thương tha nhân là hai mặt của cùng một đồng tiền.[2]

Theo chiều hướng của các tương quan tốt đẹp được ghi nhận trong những năm vừa qua, cùng với niềm hy vọng vị Đại diện Tòa Thánh sẽ là cầu nối để phát triển quan hệ song phương, tôi đã vui mừng chào đón ông Võ Văn Thưởng, Chủ tịch nước Cộng hòa Xã hội Chủ nghĩa Việt Nam, nhân dịp chuyến thăm chính thức đến Vatican ngày 27 tháng 7 vừa qua. Cuộc gặp này có ý nghĩa quan trọng trong tiến trình tăng cường mối quan hệ giữa Tòa Thánh và Việt Nam. Về dân tộc Việt Nam, Thánh Gioan Phaolô

II đã nói rằng ai cũng biết và đánh giá cao chứng từ về lòng can đảm trong công việc, về sự kiên trì trong hoàn cảnh khó khăn, về cảm thức gia đình cũng như các đức tính tự nhiên khác.[3]

Dựa trên sự tin tưởng lẫn nhau được xây dựng từng bước trong nhiều năm qua, và được củng cố bằng các chuyến thăm thường niên của phái đoàn Tòa Thánh cũng như các cuộc họp của Nhóm làm việc chung giữa Việt Nam và Tòa Thánh, cả hai bên đã có thể cùng nhau tiến tới và sẽ còn tiến nữa, nhờ nhìn nhận những điểm tương đồng và tôn trọng những khác biệt. Hơn thế nữa, hai bên đã có thể đồng hành, lắng nghe nhau và hiểu nhau. Dù mỗi bên có sự khác biệt về lịch sử và kinh nghiệm sống, điều đó không thể ngăn cản cùng nhau đi tìm con đường tốt nhất để phục vụ thiện ích của dân tộc Việt Nam và Hội Thánh.

Theo giáo huấn trong Thư gởi Diognetus, một bản văn từ thế kỷ thứ hai sau Công nguyên, các Kitô hữu ở trong thế gian nhưng không thuộc về thế gian, nên dấu ấn cuộc sống của họ là ưu tiên thực thi bác ái, bằng cách sống Phúc Âm giữa lòng dân tộc và đồng hành với dân tộc qua nỗ lực phát triển quân bình về xã hội và kinh tế. Như vậy, các tín hữu Công giáo, hoặc qua việc xây dựng Hội Thánh bằng cách cộng tác vào sinh hoạt mục vụ với tinh thần đồng trách nhiệm, hoặc một cách đặc biệt, đem tinh thần Phúc Âm vào các thực tại trần thế, họ sẽ thể hiện căn tính của mình là người Kitô hữu tốt và là công dân tốt. Trong viễn cảnh này, khi thực hiện được những điều kiện thuận lợi cho việc thực hành tôn giáo cách tự do, các tín hữu Công giáo sẽ có thể tăng cường đối thoại và mang lại niềm hy vọng cho đất nước.

Anh chị em là con cái của Hội Thánh và đồng thời là công dân Việt Nam, như Đức Thánh Cha Benedicto 16 năm 2009 đã nhắc lại cho các Giám mục Việt Nam:

"Hội Thánh kêu gọi các tín hữu hãy chân thành dấn thân xây dựng một xã hội chính trực, liên đới và công bằng. Hội Thánh tuyệt đối không có ý định thay thế các vị lãnh đạo chính quyền, nhưng chỉ ước mong có thể tham gia cách chính đáng vào đời sống của đất nước, để phục vụ dân tộc, trong tinh thần đối thoại và cộng tác với sự tôn trọng".[4]

Ngày nay, hơn bao giờ hết, chúng ta cần thực thi bác ái một cách cụ thể, nghĩa là phải có một quyết định hành động cụ thể cho con người, như đã được thực hiện trong mầu nhiệm Vượt qua và được Hội Thánh không ngừng thể hiện trong suốt dòng lịch sử, vì *"trong mọi nơi và ở bất kỳ hoàn cảnh nào, các Kitô hữu … được mời gọi lắng nghe tiếng than khóc của người nghèo khổ"*[5]. Chính tinh thần này đã không ngừng thúc đẩy cộng đoàn Công giáo của anh chị em có những đóng góp tích cực và ý nghĩa để phục vụ dân tộc, đặc biệt trong đại dịch Covid-19. Quả vậy, nhờ sự khuyến khích của từng Giám mục và Hội đồng Giám mục, Hội Thánh tại Việt Nam đã chứng tỏ mình là men trong xã hội, bằng cách đồng hành với sự phát triển của xã hội và đóng góp vào sự phát triển ấy với tư cách là những tín hữu có trách nhiệm và đáng tin.

Trong Thư Mục vụ năm nay, các Giám mục của anh chị em đã nhắc nhở và thúc đẩy anh chị em tham gia vào đời sống cộng đoàn qua việc yêu thương nhau, chân thành lắng nghe và thực thi đức ái, ngay cả với những anh chị em không cùng niềm tin, bằng cách quan tâm chăm sóc những người yếu kém và những người cùng khổ nhất.

Anh chị em tại Việt Nam thân mến, các tín hữu Công giáo vốn luôn sẵn sàng đáp ứng những nhu cầu thường ngày của tha nhân một cách hiệu quả và tham gia đóng góp cho thiện ích chung trong mọi lĩnh vực của đời sống xã hội trên đất nước mình; anh chị em được mời gọi thực thi giáo huấn của Chúa Giêsu là trở thành *"ánh sáng của thế gian và muối của đất" để "ánh sáng của các con chiếu tỏa trước mặt thiên hạ để họ thấy những việc làm tốt lành của các con và tôn vinh Cha các con trên trời"* (Mt 5,16).

Sáu mươi năm trước, trong thông điệp gởi toàn thế giới để kêu gọi mọi người chung sức xây dựng hòa bình, Thánh Gioan XXIII đã viết: *"Chúng ta hy vọng rằng, khi gặp gỡ và đàm phán với nhau, người ta sẽ nhận thức rõ hơn mối dây liên kết họ với nhau phát xuất từ chỗ cùng mang chung một bản tính nhân loại, và họ cũng khám phá ra rằng một trong những đòi hỏi sâu xa nhất của bản tính nhân loại chung là giữa họ với nhau và giữa các dân tộc, chính tình yêu phải ngự trị, chứ không phải nỗi sợ hãi, và tình yêu ấy biểu lộ qua sự cộng tác chân thành, đa dạng, đem lại nhiều thiện ích."*[6]

Tôi nài xin Thiên Chúa soi sáng và hướng dẫn anh chị em, để trong cuộc sống và trong các tương quan với chính quyền dân sự và với tất cả mọi người, không phân biệt tôn giáo, sắc tộc hay văn hóa, anh chị em biết cách làm chứng cho tình yêu và lòng bác ái của Chúa Giêsu, để tôn vinh Thiên Chúa.

Để kết thúc bức Thư thân tình này, tôi hy vọng rằng anh chị em, quý Giám mục, Linh mục, Tu sĩ và toàn thể Dân Chúa, sẽ trở nên can đảm theo gương Chúa Giêsu. Xin Đức Mẹ La Vang đồng hành cùng anh chị em, và nhờ lời chuyển cầu đầy tình mẫu tử của Đức Mẹ, xin Chúa là Cha giàu lòng thương xót chúc lành và ban muôn ân sủng cho toàn thể Hội Thánh Công giáo tại Việt Nam, cũng như cho đất nước và dân tộc Việt Nam yêu dấu.

Franciscus

Vatican, ngày 8 tháng 9 năm 2023,
Lễ Sinh Nhật Đức Mẹ

CHÚ THÍCH:

1. cfr. Angelus, 10 novembre 2013.
2. cfr. Angelus, 26 ottobre 2014.
3. cfr. Giovanni Paolo II, Radiomessaggio al popolo del Viet Nam, 10 maggio 1984.
4. Benedetto 16, Discorso ai Vescovi della Conferenza Episcopale del Viet Nam in visita ad limina apostolomm, 27 giugno 2009.
5. Evangelii gaudium, n. 191.
6. Giovanni XXIII, Pacem in terris, n. 67.

ĐỂ ĐỒNG HÀNH CÙNG DÂN TỘC

Giuse Đỗ Mạnh Hùng

Giám Mục Phan Thiết,
Tổng Thư Ký HĐGM Việt Nam

WHĐ (24/7/2024) - Ngày 08/9/2023, nhân dịp công nhận Thỏa thuận về Qui chế cho Đại diện thường trú của Tòa Thánh và Văn phòng Đại diện thường trú của Tòa Thánh tại Việt Nam, Đức Giáo Hoàng Francico đã viết thư gửi cộng đoàn Công giáo Việt Nam. Nhằm làm rõ những giá trị tốt đẹp và thực tiễn trong Bức Thư của Đức Giáo Hoàng, Bộ Nội vụ và Ban Tôn giáo Chính phủ đã tổ chức buổi Hội thảo vào ngày 23/7/2024 với chủ đề: "Thư của Đức Giáo Hoàng Francico gửi Giáo hội Công giáo Việt Nam".

Hội thảo có 20 bài tham luận. Sau đây là nguyên văn bài tham luận của Đức Giám mục Giuse Đỗ Mạnh Hùng, Tổng Thư ký Hội đồng Giám mục Việt Nam, với chủ đề: "Về chỉ dẫn quan trọng trong đồng hành cùng dân tộc của Giáo hội Công giáo Việt Nam trong Thư của Đức Giáo Hoàng Francico gởi Cộng đoàn Công giáo Việt Nam ngày 8/9/2023":

**

BÀI THAM LUẬN

Về chỉ dẫn quan trọng trong đồng hành cùng dân tộc của Giáo Hội Công giáo Việt Nam trong Thư của Giáo Hoàng Francico gởi Cộng đoàn Công giáo Việt Nam ngày 8/9/2023

Kính thưa quý vị đại biểu,

Trong ***Thư của Đức Giáo Hoàng Francico gửi cộng đoàn Công giáo Việt Nam*** nhân dịp công nhận Thỏa thuận về Qui chế cho Đại diện thường trú của Tòa Thánh và Văn phòng Đại diện thường trú của Tòa Thánh tại Việt Nam, chúng ta có thể nhận thấy **sự quan trọng của các chỉ dẫn trong việc đồng hành cùng dân tộc** của Giáo Hội Công giáo Việt Nam.

Trong bài tham luận này, tôi xin trình bày về ba điểm quan trọng được Đức Giáo Hoàng Francico đề cập trong thư này:

1) Việc đồng hành cùng dân tộc

2) Thế nào là người Công giáo tốt

3) Thế nào là người Công giáo Việt Nam tốt

I. VIỆC ĐỒNG HÀNH CÙNG DÂN TỘC

1/ Trong bức thư, Đức Giáo Hoàng Francico đã nhắc một điều thật quan trọng khi nói: *"Anh chị em là con cái của Hội Thánh và đồng thời là công dân Việt Nam"*. Và rồi sau đó ngài còn nhấn mạnh: *"Như vậy, các tín hữu Công giáo… sẽ thể hiện căn tính của mình là người Kitô hữu tốt và là công dân tốt"*.

Cách nói *"là con cái của Hội Thánh và đồng thời là công dân Việt Nam"* hay *"căn tính của mình là người Kitô hữu tốt và là công dân tốt"* đang diễn tả một định hướng quan trọng của Giáo lý Công đồng Vatican II. Định hướng này đã được xác định rất rõ trong những lời đầu tiên của Hiến chế Mục vụ ***"Giáo Hội trong thế giới hôm nay"*** của Công đồng Vatican II, ban hành ngày 07/12/1965:

"Vui mừng và hy vọng, ưu sầu và lo lắng của con người ngày nay, nhất là của người nghèo và những ai đau khổ, cũng là vui mừng và hy vọng, ưu sầu và lo lắng của các môn đệ Chúa Kitô, và không có gì thực sự là của con người mà lại không gieo âm hưởng trong lòng họ. Vì thế, cộng đoàn ấy nhận thấy mình thực sự liên hệ mật thiết với loài người và lịch sử nhân loại" (Trích Hiến chế Mục Vụ số 1).

2/ Vào ngày 01/5/1980, Hội Đồng Giám Mục Việt Nam họp lần đầu tiên sau khi thống nhất đất nước, đã dựa trên Giáo lý của Công Đồng Vatican II để đưa ra một định hướng cụ thể cho đời sống đức tin của Cộng đoàn Tín hữu Công giáo tại Việt Nam, trong một Thư Chung gởi toàn thể Cộng đoàn Tín hữu Công Giáo Việt Nam.

Trước khi trình bày Đường Hướng Mục vụ "HỘI THÁNH TRONG LÒNG DÂN TỘC", Thư Chung 1980 đã đúc kết lại ý tưởng chủ đạo về sứ mạng của Hội Thánh Công giáo trong thế giới:

"Tóm lại, sứ mạng của Hội Thánh là tiếp nối sứ mạng của Chúa Giêsu Kitô, Đấng đã đến không phải để được người ta hầu hạ, nhưng để phục vụ tất cả loài người. Đúng như Đức Thánh Cha Gioan Phaolô II đã giải thích trong thông điệp "Đấng Cứu Chuộc Con Người" rằng: ***"Con người là con đường của Hội Thánh".*** *Nghĩa là tất cả mọi con đường của Hội Thánh đều dẫn tới con người (ĐCCCN 14)*[1]*. Đây cũng là điểm gặp gỡ giữa Hội Thánh và xã hội trần thế, vì "dù tin hay không tin, con người đều phải góp phần xây dựng thế giới cho hợp lí, vì họ cùng chung sống trong thế giới này" (MV 21,6)"*. (Trích Thư chung 1980)

Tiếp đến, Thư Chung 1980 đã trình bày Đường hướng Mục vụ "HỘI THÁNH TRONG LÒNG DÂN TỘC" với khẳng định:

- "Để sống trung thành với bản chất và sứ mạng của Hội Thánh như vừa nói ở trên, chúng tôi đề ra đường hướng mục vụ sau đây: ***Chúng ta phải là Hội Thánh của Chúa Giêsu Kitô trong lòng dân tộc Việt Nam.***" (Trích Thư chung 1980, số 8)

- Tiếp đến, Thư Chung 1980 đã khai triển: *"Là Hội Thánh trong lòng dân tộc Việt Nam, chúng ta quyết tâm gắn bó với vận mạng quê hương, noi theo truyền thống dân tộc hoà mình vào cuộc sống hiện tại của đất nước, Công đồng dạy rằng "Hội Thánh phải đồng tiến với toàn thể nhân loại và cùng chia sẻ một số phận trần gian với thế giới" (MV 40,2). Vậy chúng ta phải đồng hành với dân tộc mình, cùng chia sẻ một cộng đồng sinh mạng với dân tộc mình, vì quê hương này là nơi chúng ta được Thiên Chúa mời gọi để sống làm con của Người, đất nước này là lòng mẹ cưu mang chúng ta trong quá trình thực hiện ơn gọi làm con Thiên Chúa, dân tộc này là cộng đồng mà Chúa trao cho chúng ta để phục vụ với tính cách vừa là công dân vừa là thành phần Dân Chúa.*

Sự gắn bó hòa mình này đưa tới ***những nhiệm vụ cụ thể*** *mà chúng ta có thể tóm lại* ***trong hai điểm chính****:*

- Tích cực góp phần cùng đồng bào cả nước bảo vệ và xây dựng tổ quốc.

- Xây dựng trong Hội Thánh một nếp sống và một lối diễn tả đức tin phù hợp với truyền thống dân tộc"

(Trích Thư chung 1980, số 9).

3/ Đáp lại thư của Đức Giáo Hoàng, ngày 04/10/2023, Đức Tổng Giám Mục Giuse Nguyễn Năng, Chủ tịch Hội Đồng Giám Mục Việt Nam, đã nhắc lại lời khẳng định của Đức Giáo Hoàng về việc Giáo Hội Việt Nam đang đi đúng theo đường hướng của Giáo Hội hoàn vũ; Đức Tổng Giám Mục viết:

"Dân Chúa tại Việt Nam hân hoan đón nhận Thư của Đức Thánh Cha với lòng biết ơn sâu đậm vì Đức Thánh Cha

đã yêu thương khích lệ đoàn con ở xa đang sống và làm chứng cho Tin Mừng trên quê hương chúng con.

Qua Thư này, Đức Thánh Cha đã khẳng định con đường chúng con đang đi là đúng Phúc Âm và giáo huấn của Hội Thánh, nhất là đúng với hướng dẫn của Đức Thánh Cha, đó là loan báo Tin Mừng yêu thương bằng sự dấn thân phục vụ những người bé mọn và khổ đau". (Trích thư gởi Đức Giáo Hoàng ngày 04/10/2023).

II. NGƯỜI CÔNG GIÁO TỐT

Lời chỉ dẫn thứ hai: thế nào là "người Công giáo tốt"? Đức Giáo hoàng Francico đã khẳng định: ***"Đức ái và lòng yêu thương nhân loại là thước đo lòng tin của người Công giáo Việt Nam".*** Ngài nói:

"Đức tin của Hội Thánh Công giáo trên quê hương của anh chị em được sinh ra và lớn mạnh qua bao thế hệ, đã đặt nền tảng trên giới răn: "Ngươi phải yêu mến Chúa là Thiên Chúa ngươi hết lòng, hết linh hồn và hết trí khôn ngươi" (Mt 22,37-38). Quả vậy, đức ái là thước đo của đức tin, và đức tin là linh hồn của đức ái, và chớ quên rằng lòng yêu mến Thiên Chúa và yêu thương tha nhân là hai mặt của cùng một đồng tiền."

(Trích thư của Đức Giáo Hoàng).

Thật vậy, có thể nói "Đạo Công giáo là đạo yêu thương", dựa trên những xác định của Kinh Thánh:

- Khi nói về "Thiên Chúa mà người Công Giáo tôn thờ", Kinh thánh đã định nghĩa: *"Thiên Chúa là tình yêu: ai ở lại trong tình yêu thì ở lại trong Thiên Chúa, và Thiên Chúa ở lại trong người ấy.*" (Trích Kinh thánh Tân ước, thư thứ nhất của Thánh Gioan, chương 4 câu 16) (1Ga 4,16).

- Và 2 giới răn lớn nhất đã được Chúa Giêsu nhắc đến: *"Ngươi phải yêu mến Đức Chúa, Thiên Chúa của ngươi, hết lòng, hết linh hồn và hết trí khôn ngươi. Đó là điều răn quan trọng nhất và điều răn thứ nhất. Còn điều răn thứ hai, cũng giống điều răn ấy, là: "Ngươi phải yêu người thân cận như chính mình"* (Trích Kinh thánh Tân ước, Phúc âm theo Thánh Mát-thêu chương 22, từ câu 37 đến 39).

III. NGƯỜI CÔNG GIÁO VIỆT NAM TỐT

Lời chỉ dẫn thứ ba là thế nào là ***"người Công giáo Việt Nam tốt"***. *Để đức ái trở thành thước đo của đức tin của người công giáo Việt Nam*, Đức Giáo Hoàng Francico đã khuyến khích các tín hữu Công giáo thực hiện giới răn "bác ái yêu thương" với 3 khía cạnh:

- Với những công việc yêu thương cụ thể;
- Trong tương quan yêu thương đối với mọi người, nhất là những người nghèo khổ;
- Trong tương quan đối thoại, tôn trọng với chính quyền.

1/ Trước hết, thực hiện giới răn "bác ái yêu thương" với những công việc yêu thương cụ thể

Đức Giáo Hoàng đã nhắc lại Thư gửi Diognetus, một bản văn từ thế kỷ thứ hai sau Công nguyên, cho thấy rằng dấu ấn cuộc sống của người Kitô hữu ngay từ ban đầu là *"ưu tiên thực thi bác ái, bằng cách sống Phúc Âm giữa lòng dân tộc và đồng hành với dân tộc qua nỗ lực phát triển quân bình về xã hội và kinh tế"*.

Đồng thời, Đức Giáo Hoàng nhấn mạnh một điểm quan trọng về "bác ái" đó là tính cụ thể, chứ không phải là lý thuyết: *"Ngày nay, hơn bao giờ hết, chúng ta cần thực thi bác ái một cách cụ thể, nghĩa là phải có một quyết định hành động cụ thể cho con người, như đã được thực hiện trong mầu nhiệm Vượt qua và được Hội Thánh không ngừng thể hiện trong suốt dòng lịch sử, vì "trong mọi nơi và ở bất kỳ hoàn cảnh nào, các Kitô hữu ... được mời gọi lắng nghe tiếng than khóc của người nghèo khổ". Chính tinh thần này đã không ngừng thúc đẩy cộng đoàn Công giáo của anh chị em có những đóng góp tích cực và ý nghĩa để phục vụ dân tộc, đặc biệt trong đại dịch Covid-19"* (Trích thư của Đức Giáo Hoàng).

Thật vậy, trong thời đại dịch Covid, các tín hữu công giáo của 27 giáo phận trong cả nước đã chia sẻ lương thực cho người dân trong lúc giãn cách xã hội, đặc biệt các linh mục tu sĩ tình nguyện (riêng ở TP. Hồ Chí Minh có hơn 1.000 tu sĩ) nhiệt tình quảng đại vào tâm dịch để phục vụ bệnh nhân trong lúc nguy tử.

Theo Trưởng Ban Dân vận Trung ương, trong công tác phòng chống dịch COVID-19, đã có trên 20.000 y bác sĩ cùng hàng trăm nghìn cán bộ, chiến sĩ công an, quân đội chi viện cho miền Nam chống dịch; trong đó, có khoảng 2.000 linh mục, tu sĩ, chức sắc, chức việc[2].

Riêng các nữ tu công giáo đã có những đóng góp đáng kể trong công cuộc giáo dục trẻ em mầm non. Họ duy trì lớp mẫu giáo miễn phí, tổ chức lớp học tình thương cho trẻ em nghèo, xóa mù chữ, và mở các cơ sở dạy nghề cho giới trẻ. Đồng thời, các nữ tu cũng tham gia chăm sóc sức khỏe miễn phí cho trẻ em và phụ nữ, mở các phòng khám từ thiện, và hỗ trợ xây dựng các cơ sở y tế cộng đồng. Qua những hoạt động này, họ góp phần giảm bớt tệ nạn xã hội và nâng cao chất lượng cuộc sống của cộng đồng[3].

Vào ngày 12/3/2024 vừa qua, tôi nghe một đoạn tin trong chương trình "Nền kinh tế Francico" trên đài Vatican News Tiếng Việt. Đoạn tin nói về câu chuyện của chị Linh, 38 tuổi, một giáo dân ở quận Phú Nhuận, Tp. Hồ Chí Minh. Chị chia sẻ về "Hội Chị em nội trợ thông minh" tại giáo xứ của chị, hưởng ứng chương trình của Hội Phụ nữ Tp. Hồ Chí Minh.

Chúng ta nghe nói "điện thoại thông minh", "đô thị thông minh", ở đây là "Người nội trợ thông minh". Giữa năm 2018, nhóm "Người nội trợ thông minh" đầu tiên ra đời do Hội Phụ Nữ Phường Thới An, quận Q.12 (TP. Hồ Chí Minh). Đến nay, toàn quận đã có 20 nhóm ở 11 phường với 350 thành viên[4].

Những công việc thông minh "mà chị em nội trợ làm" là những công việc rất cụ thể lo cho sức khỏe của gia đình và cộng đồng, như bảo quản thực phẩm an toàn, hay quyết tâm góp phần vào việc bảo vệ môi trường qua phân loại rác, việc sử dụng những "túi xách đi chợ" không phải là plastic, nhưng là bằng những chất liệu có thể tiêu hủy được.

Những hình ảnh này đang nói lên cách sống động: "Đức bác ái" của người công giáo mà Đức Giáo Hoàng nhắc nhở phải là "những công việc yêu thương cụ thể'. Ở đây, cùng với những người dân khác, những người phụ nữ công giáo nội trợ góp phần yêu thương vào việc chăm lo sức khỏe và đời sống của gia đình và phường khóm.

2/ Thực hiện giới răn "bác ái yêu thương" trong tương quan yêu thương đối với mọi người, nhất là những người nghèo khổ

- Trong thư, Đức Giáo Hoàng đã viết: *"Trong Thư Mục vụ năm nay, các Giám mục của anh chị em đã nhắc nhở và thúc đẩy anh chị em tham gia vào đời sống cộng đoàn qua việc yêu thương nhau, chân thành lắng nghe và thực thi đức ái, ngay cả với những anh chị em không cùng niềm tin, bằng cách quan tâm chăm sóc những người yếu kém và những người cùng khổ nhất".*

- Tiếp đến, Đức Giáo Hoàng khuyến khích: *"Anh chị em tại Việt Nam thân mến, các tín hữu Công giáo hãy luôn sẵn sàng đáp ứng những nhu cầu thường ngày của tha nhân một cách hiệu quả và tham gia đóng góp cho thiện ích chung trong mọi lĩnh vực của đời sống xã hội trên đất nước mình".*

Vào ngày 16/03/2024, báo Tuổi Trẻ Online có đăng một bài báo mang tựa đề "Trời như đổ lửa bỗng mát dịu với bình nước đá dưới giàn hoa xanh" như sau:

"Bình nước đẹp trước nhà thờ Mạc Ty Nho trên đường Nguyễn Thị Minh Khai, quận 1, TP. Hồ Chí Minh, đã thu hút sự quan tâm của cộng đồng với sự trang trí tinh tế.

Theo linh mục quản xứ, bình nước này đã tồn tại hơn một năm. Ban đầu, lo ngại về việc thùng xốp có thể làm tan đá đã khiến việc trang trí trở nên khó khăn. Vì thế, quyết định được đưa ra để tạo ra một không gian trưng Tết tươi sáng, không chỉ làm cho bình nước trở nên hấp dẫn hơn mà còn để kéo dài thời gian giữ lạnh của nước.

Sau kỳ nghỉ Tết, bình nước đá được trang trí thêm để trông bắt mắt hơn, giúp giảm thiểu tình trạng tan đá và tạo ra một không gian đẹp mắt hơn. Cộng đồng cũng đã hỗ trợ việc dọn vệ sinh, chuẩn bị nước và phục vụ mọi người qua các buổi sáng và tối. Điều này đã tạo ra một không gian ấm cúng và hợp tác giữa cộng đồng trong việc chăm sóc cho nhau.

Linh mục quản xứ chia sẻ với phóng viên báo Tuổi Trẻ rằng: mặc dù việc làm chiếc bình nước này có thể mệt mỏi đối với một người, nhưng với sự hợp tác của nhiều người, nó trở nên dễ dàng hơn. Ông hy vọng rằng tinh thần yêu thương này sẽ lan tỏa ra xa hơn trong cộng đồng. Đồng thời, ông cũng đã nảy ra ý tưởng về việc trồng một giàn hoa giấy để tạo ra một không gian đẹp mắt hơn, nhấn mạnh vào sự tương tác giữa con người và thiên nhiên trong môi trường thành phố nóng bức"[5].

3/ Điểm thứ ba, Đức Giáo Hoàng nhắc các tín hữu Công giáo **thực hiện giới răn "bác ái yêu thương" trong tương quan đối thoại, tôn trọng với chính quyền.** *Trong thư gửi Cộng đoàn Công giáo Việt Nam như đã nêu trên, Đức Giáo Hoàng nhấn mạnh đến việc thực thi bác ái qua hành động đối thoại và tôn trọng:*

Dựa trên sự ***tin tưởng lẫn nhau*** *được xây dựng từng bước trong nhiều năm qua, và được củng cố bằng các chuyến thăm thường niên của phái đoàn Tòa Thánh cũng như các cuộc họp của Nhóm làm việc chung giữa Việt Nam và Tòa Thánh, cả hai bên đã có thể cùng nhau tiến tới và* *sẽ còn tiến nữa, nhờ* ***nhìn nhận những điểm tương đồng và tôn trọng những khác biệt.*** *Hơn thế nữa, hai bên đã có thể đồng hành, lắng nghe nhau và hiểu nhau. Dù mỗi bên có sự khác biệt về lịch sử và kinh nghiệm sống, điều đó không thể ngăn cản cùng nhau đi tìm con đường tốt nhất để phục vụ thiện ích của dân tộc Việt Nam và Hội Thánh".*

Đây là kết quả của một quá trình đối thoại lâu dài, vượt qua những khác biệt và nghi kỵ, để cùng nhau xây dựng một xã hội văn minh nghĩa tình nhắm đến thiện ích chung của đồng bào, là con người, anh chị em, trong đất nước của chúng ta.

Kết Luận

Tôi muốn lặp lại một câu nói nổi tiếng trong Thông Điệp "Sự Phát triển của các dân tộc", năm 1967, của Đức Giáo Hoàng Phaolô VI: *"Phát triển là một tên gọi mới của Hòa Bình."*

Thực vậy, ý tưởng cuối cùng mà Đức Giáo Hoàng Francico đề cập đến trong thư là hy vọng rằng việc thực hiện các chỉ dẫn này sẽ giúp phát triển đất nước Việt Nam và Giáo Hội Công giáo tại Việt Nam. Việc này được coi là một bước quan trọng trong việc đẩy mạnh hòa bình và phát triển trong khu vực.

Ngài đã viết thật tha thiết: *"Hội Thánh kêu gọi các tín hữu hãy chân thành dấn thân xây dựng một xã hội chính trực, liên đới và công bằng. Hội Thánh tuyệt đối không có ý định thay thế các vị lãnh đạo chính quyền, nhưng chỉ ước mong có thể tham gia cách chính đáng vào đời sống của đất nước, để phục vụ dân tộc, trong tinh thần đối thoại và cộng tác với sự tôn trọng".*

Cuối cùng là lời cầu chúc thật tốt đẹp: *"Tôi nài xin Thiên Chúa soi sáng và hướng dẫn anh chị em, để trong cuộc sống và trong các tương quan với chính quyền dân sự và với tất cả mọi người, không phân biệt tôn giáo, sắc tộc hay văn hoá, anh chị em biết cách làm chứng cho tình yêu và lòng bác ái của Chúa Giêsu, để tôn vinh Thiên Chúa".*

Cám ơn quý vị đại biểu.

Ngày 23.07.2024

Giám mục Giuse Đỗ Mạnh Hùng

Giám mục Giáo phận Phan Thiết

Tổng Thư Ký Hội Đồng Giám Mục Việt Nam

CHÚ THÍCH

1. Thông điệp "Đấng Cứu Chuộc Con Người" (Redemptor Hominis) của Đức Giáo Hoàng Phaolô VI, ban hành ngày 04/03/1979, số 14.
2. Đồng bào Công giáo đóng góp tích cực vào công tác phòng, chống dịch; https://baochinhphu.vn/dong-bao-cong-giao-dong-gop-tich-cuc-vao-cong-tac-phong-chong-dich-102305701.htm; [ngày 17/12/2021]
3. Nữ tu Anne-Marie Trần Thị Lý fmm, Vai trò của nữ tu công giáo với công tác xã hội, từ thiện; Vietnam Women's Union – https://wwu.vm>images_upload>files_275.pdf
4. Giúp chị em trở thành người nội trợ thông minh – Ngày 07/11/2022 - https://www.phunuonline.com.vn/giup-chi-em-tro-thanh-nguoi-noi-tro-thong-minh-a1477287.html
5. Trời như đổ lửa bỗng mát dịu với bình nước đá dưới giàn hoa xanh; https://tuoitre.vn/troi-nhu-do-lua-bong-mat-diu-voi-binh-nuoc-da-duoi-gian-hoa-xanh-20240315185116612

Hình Ảnh Phụ Lục IV

ĐỒNG HÀNH VỚI ĐẤT NƯỚC

HSĐTG trao thư cám ơn của các cơ sở tôn giáo cho ông Tô Lâm, Bộ Trưởng Công An, người đã xin chính phủ cấp 15.000 liều chủng vaccin ngừa dịch Covid cho các chức sắc tôn giáo.

Nỗ lực để Giáo hội Công giáo Việt Nam tích cực đồng hành với dân tộc, không ngừng xây dựng và phát triển, luôn được các cấp lãnh đạo Nhà nước quan tâm và ghi nhận, thông qua HS ĐTG Lê Đức Thịnh.

Ông được đánh giá là nhân tố tích cực trong việc xây dựng khối đại đoàn kết tôn giáo và dân tộc. Nhiều lãnh đạo cao cấp của Đảng, chính phủ từ Trung ương tới các tỉnh, thành cả nước luôn gặp gỡ, thăm hỏi gia đình HS ĐTG nhân các dịp đại lễ Giáng sinh, Phục sinh, Tết Nguyên đán.

Một số hình ảnh thân mật giữa Tổng Bí Thư Tô Lâm, Bí Thư Hà Nội, Bí thư TP.HCM, lãnh đạo Mặt trận Tổ quốc Việt Nam... tại nơi làm việc, hoặc tại nhà riêng của thể hiện sự trân trọng, tin tưởng và tình cảm quý mến Dành cho gia đình HS ĐTG

HSĐTG với ông Tô Lâm, Tổng Bí Thư & Chủ Tịch Nước tại Đại Hội X của Mặt Trận Tổ Quốc VN. (2024)

HSĐTG dự Đại Hội X của Mặt Trận Tổ Quốc VN, với ông Tô Lâm, Tổng Bí Thư & Chủ Tịch Nước (2024).

Ông Tô Lâm với các con của đôi HSĐTG.

Đoàn Chủ Tịch nước VN Nguyễn Minh Triết gặp gỡ Đức Hồng Y Quốc Vụ Khanh Tòa Thánh Tarcisio Bertone ngày 11-12-2009.

Bà Đặng Thị Ngọc Thịnh, Phó Chủ Tịch Nước khi tới thăm HSĐTG JB Lê Đức Thịnh. (2019)

Tại văn phòng làm việc của ông Trần Thanh Mẫn, Bí Thư Trung Ương Đảng, Chủ Tịch UBTU Mặt Trận Tổ Quốc VN. (2018)

Ông Nguyễn Văn Nên, Ủy Viên Bộ Chính Trị, Bí Thư Thành Ủy TP HCM, thăm và chúc mừng lễ Giáng Sinh 2020 tại nhà riêng của HSĐTG.

Ông Nguyễn Văn Nên, Ủy Viên Bộ Chính Trị, Bí Thư Thành Ủy TP HCM, và các con của hai HSĐTG.

Ông Nguyễn Văn Nên, Ủy Viên Bộ Chính Trị, Bí Thư Thành Ủy TP HCM, đến thăm HSĐTG và chúc mừng năm mới 2024.

Với Ông Phan Văn Mãi, Ủy Viên Trung Ương Đảng, Chủ Tịch UBND TP HCM, thăm HSĐTG và chúc mừng năm mới 2021.

Ông Trương Hòa Bình, Ủy Viên Bộ Chính Trị, Phó Thủ Tướng Thường Trực, trước ngày về hưu đến chúc Tết gia đình HSĐTG.

Ông Trương Hòa Bình, Phó Thủ Tướng Thường Trực, chúc mừng hôn phối cho cháu Thiên Linh và Phú Cường.

Ông Trương Hòa Bình, Ủy Viên Bộ Chính Trị, Phó Thủ Tướng Thường Trực, tại tiệc cưới ái nữ của đôi HSĐTG.

Đoàn lãnh đạo TP HCM do ông Nguyễn Văn Nên Ủy Viên Bộ Chính Trị, Bí Thư Thành Ủy, đến thăm HSĐTG sau tai nạn gãy xương đòn gánh, tháng 4, 2024.

Phó Thủ Tướng Trần Lưu Quang và đoàn tới thăm HSĐTG và chúc mừng năm mới 2023.

Với Thượng Tướng Nguyễn Văn Hưởng, nguyên Thứ Trưởng Bộ Công An (2024)

Đức Hồng Y Peter Turkson, Tổng Trưởng Bộ Phát Triển - Nhân Bản Toàn Diện của Tòa Thánh, thăm và làm việc với Ban Tôn Giáo Chính Phủ (30-12-2019)

Quyền Trưởng Ban Tôn Giáo Chính Phủ, Nguyễn Thế Doanh thăm HSĐTG năm 2011.

Với Đại Tướng Lương Tam Quang và bà Bùi Thị Minh Hoài Bí Thư Thành Ủy Hà Nội, 2024.

Tại phòng làm việc của bà Bùi Thị Minh Hoài Bí Thư Thành Ủy Hà Nội.

Bà Bùi Thị Minh Hoài, Bí Thư Thư trung Ương Đảng, Trưởng Ban Dân Vận Trung Ương, thăm và chúc mừng lễ Phục Sinh 2024, tại nhà riêng HSĐTG.

Đoàn Bộ Công An do Thứ Trưởng Phạm Dũng đến thăm gia đình HSĐTG (2011)

Với Bà Bùi Thị Minh Hoài, ông Đỗ Văn Thới, Trưởng và Phó Ban Dân Vận Trung Ương.

Với ông Lê Tiến Châu, Phó Chủ Tịch - Tổng Thư Ký UBTƯ Mặt Trận Tổ Quốc VN.

Gặp gỡ lãnh đạo Trung ương và TP. HCH nhân ngày Đại Hội Mặt Trận Tổ Quốc TP. tháng 10, 2024.

Đoàn đại diện lãnh đạo TP. HCH do ông Trần Lưu Quang, Phó Bí Thư Thành Ủy, tới thăm và chúc mừng năm mới 2020.

Với ông Hầu-A- Lềnh, Bộ Trưởng Chủ Nhiệm Ủy Ban Dân Tộc tại Tuyên Quang, 2024.

Với chính quyền Quảng Trị, dự lễ tại Linh địa La Vang 2012 nhân kỷ niệm 5 năm ngày nhận tước phong HSĐTG.

Với lãnh đạo chính quyền Tỉnh Bình Thuận dự Lễ "Đức Mẹ - Mẹ Thiên Chúa" ngày 01-1-2014 tại Tà Pao, khởi đầu cho chính thức thiết lập Trung Tâm Hành Hương Tà Pao.

Chính quyền Tỉnh Bình Thuận tham dự Thánh Lễ và dâng hoa tại Trung Tâm Hành Hương Đức Mẹ Tà Pao, Bình Thuận.

Cùng dâng hoa kính Đức Mẹ Tà Pao tại Trung Tâm Hành Hương, Bình Thuận.

Cùng cầu nguyện cho quê hương dân tộc Việt Nam được thái bình hạnh phúc.

CHÚT TÂM TÌNH SAU ĐẠI HỘI

Khải Đạo

Thưa Ông, được biết Ông vừa tham dự Đại hội Đại biểu Toàn quốc Mặt trận Tổ quốc (MTTQ) Việt Nam lần thứ X tại Hà Nội với tư cách đại biểu chính thức. Ông có thể nói rõ hơn về mục đích và nội dung chính của Đại hội này?

Trước hết xin nói rõ: tôi dự Đại hội không với tư cách là Đại biểu chính thức, nghĩa là không có vai trò, vị trí nào trong cơ cấu tổ chức của MTTQ, mà chỉ là một trong số khoảng 300 Đại biểu Khách mời. Tất nhiên, các Đại biểu Khách mời không có quyền tham gia ứng cử, bầu cử vào Ban Chấp hành, mà chỉ dự thính, quan sát các hoạt động của Đại hội. Tuy nhiên chúng tôi có thể đệ đạt những ý kiến, những đề xuất để hoạt động của tổ chức ngày càng thêm hiệu quả và có tác động tích cực đến đời sống xã hội. Tại Đại hội, chúng tôi có điều kiện tiếp xúc gần gũi với các Đại biểu chính thức từ các địa phương trong cả nước, nhất là với các vị lãnh đạo cao cấp của Đảng, Chính quyền. Cụ thể, tôi có thể gặp gỡ trò chuyện, trao đổi với Tổng bí thư kiêm Chủ tịch nước Tô Lâm và các vị khác trong Bộ Chính trị, BCH Trung ương Đảng.

Đại hội Toàn quốc MTTQ Việt Nam lần thứ X này, diễn ra từ 17/10/2024 tại Hà Nội, với sự tham dự của hơn 1.000 Đại biểu chính thức và khoảng 300 Đại biểu Khách mời. Các Đại biểu Chính thức được bầu lên từ Đại hội các cấp tại địa phương. Các Đại biểu khách mời thường là các nhân sĩ, trí thức, các đại diện các tôn giáo có uy tín, ảnh hưởng trong khối Đại Đoàn Kết dân tộc. Đại hội sẽ bầu ra Ủy Ban Trung ương MTTQ Việt Nam nhiệm kỳ 2024-2029.

Chủ đề nội dung chính của Đại hội lần này là: Đoàn Kết - Dân Chủ - Đổi Mới - Sáng Tạo - Phát Triển.

Phải chăng Ông không là Đại biểu chính thức vì đến nay Ông vẫn không là đảng viên Đảng Cộng sản Việt Nam? Đâu là lý do để Ông không (hay chưa) vào đảng?

Trong số các Đại biểu chính thức vẫn có rất nhiều người ngoài Đảng. Tổ chức MTTQ khác với tổ chức ĐCSVN, quy tụ đông đảo mọi tầng lớp nhân dân.

Việc được kết nạp gia nhập vào ĐCSVN hiện nay đã có nhiều cởi mở hơn, đã có không ít người công giáo hay có tôn giáo khác ở nơi này nơi khác trở thành đảng viên, niềm tin tôn giáo không còn là trở ngại lớn nhất. Riêng đối với tôi, vì muốn giành hết tâm trí, nguồn lực, và nhất là sức khỏe của mình để thực hiện vai trò nhiệm vụ của một Hiệp Sĩ Đại Thánh Giá mà Giáo hội, thông qua Đức Giáo Hoàng đã đặt để . Đây không chỉ là một tước phẩm vinh dự, danh dự, chỉ dừng lại trong buổi lễ trao ban Sắc Chỉ , Phẩm phục..., mà còn là khởi đầu cả quá trình đầy trách nhiệm dấn thân phục vụ Giáo Hội, xã hội mình đang sống. Suốt những tháng năm qua tôi đã sống, làm việc với tinh thần đó. Các đấng bậc trong Hội thánh Công giáo Việt Nam, cũng như Hội thánh Hoàn vũ đã nhìn nhận những nỗ lực của tôi và gia đình. Đảng và chính quyền các cấp tại Việt Nam cũng trân trọng những giá trị tích cực tôi đóng góp tuy còn nhỏ bé nhưng có ích lợi chung, đặc biệt trong việc cùng nhau xây dựng, phát triển và củng cố khối Đại Đoàn kết dân tộc, đoàn kết đồng bào lương giáo, đoàn kết và từng bước thông cảm thấu hiểu nhau giữa đạo và đời, giữa chính quyền với giáo hội. MTTQ Việt Nam đã mời tôi tham dự Đại hội với tư cách và danh xưng là "Hiệp sĩ Đại Thánh Giá của Giáo hội Công Giáo Hoàn vũ."

Theo Ông, tư cách và danh xưng như thế có ý nghĩa gì?

Thực tế từ nhiều năm qua, nhiều tổ chức, địa phương đã mời tôi tham dự các sự kiện quan trọng với tư cách "Hiệp sĩ Đại Thánh Giá của Giáo hội Công giáo Hoàn vũ". Theo tôi, đấy là một vinh dự, tôn trọng đối với cá nhân tôi; nhưng hơn hết đó còn là một sự công nhận Giáo hội Công giáo Hoàn Vũ, mà đại diện là Đức Giáo Hoàng đã trao ban tước phẩm cho tôi, đồng thời như công nhận Tòa thánh Vatican; mà mối quan hệ giữa Nhà nước Việt Nam và Tòa thánh Vatican ngày càng nồng ấm, thân thiện hơn, thông qua việc đặt để Vị Đại diện Không Thường trú sau nhiều năm, nay là vị

Đại diện Thường trú ..Chúng ta có quyền hy vọng, tin tưởng rằng trong một tương lai gần giữa Nhà nước Việt Nam và Vatican sẽ có quan hệ ngoại giao đầy đủ

Trở lại với Đại hội Toàn quốc MTTQ Việt Nam lần thứ X, nội dung thông điệp chính từ Đại hội này là gì, Thưa Ông?

Đại hội được diễn ra vào một thời điểm lịch sử quan trọng trong sự nghiệp đổi mới và phát triển đất nước; kỷ nguyên vươn mình của dân tộc. Đại hội là dịp một lần nữa khẳng định vai trò vị trí của MTTQ trong sự nghiệp đại đoàn kết toàn dân tộc nhằm tạo ra sự đồng thuận xã hội xây dựng đất nước giàu mạnh, hùng cường, hướng tới một kỷ nguyên mới – *"kỷ nguyên vươn mình của dân tộc Việt Nam"* như lời Ông Tô Lâm Tổng Bí thư và Chủ tịch nước đã phát biểu.

Là người Công Giáo, Ông có nhận định gì về lời phát biểu này của Tổng Bí thư Tô Lâm?

Có thể nói ngay rằng: phát biểu trên là hoàn toàn có cơ sở. Bởi sau nhiều năm tháng đất nước chúng ta đã có rất nhiều đổi mới, phát triển. Không chỉ về hạ tầng cơ sở như đường sá giao thông, thủy bộ, nhiều công trình lớn đã được xây dựng, ví dụ như hiện nay hầu hết các quốc lộ đã được mở rộng, vươn tới các tỉnh thành, gần như không còn cảnh "qua sông lụy phà" trên các tuyến đường về Đồng bằng Sông Cửu Long, các cây cầu lớn qua sông Hậu, sông Tiền...đã được nối nhịp; hệ thống các đường cao tốc cũng đang vươn dài, đường đi về miền Trung, miền Bắc nay ít phải qua những đoạn đèo nguy hiểm, nhờ các hầm đường bộ. Hệ thống giáo dục, y tế, an sinh xã hội.. cũng nhiều tiến bộ. Về ngoại giao, thế lực của đất nước Việt Nam không ngừng được tăng tiến, thể hiện qua những Hiệp định Hợp Tác Toàn Diện, hay Hợp tác Chiến lược với các cường quốc trên thế giới. Riêng về góc độ tôn giáo: các chùa chiền, thánh thất, nhà thờ được tái thiết, xây dựng mới rất nhiều; các cơ sở đào tạo tu sĩ cũng được mở rộng khắp nơi. Về phía Công giáo, việc truyền chức Linh Mục, Giám Mục cũng dễ dàng..Hiện nay cả giáo hội Công giáo Việt Nam chỉ còn duy nhất giáo phận Đà Nẵng trống Tòa (Giám mục); nhiều hội dòng từ nước ngoài về được công khai hoạt động; nhiều Trung tâm Hành Hương lớn như La Vang, Măng Đen, Núi Cúi...được trùng tu mở rộng quy mô; nhiều thánh đường, Trung tâm Mục Vụ nguy nga cũng đã hình thành khắp từ Bắc chí Nam.

Những thành tựu lớn lao đó, đã trở thành niềm tin cho đồng bào cả nước về một *"Việt Nam có cơ đồ, tiềm lực, vị thế và uy tín quốc tế như hiện nay"*, và chúng ta đủ để sẵn sàng bước vào *"kỷ nguyên mới, kỷ nguyên vươn mình"* mà Tổng Bí thư- Chủ tịch nước phát biểu.

Đây đúng là một khát vọng lớn lao, mà bản thân tôi, cũng như đồng bào Công giáo cùng với đồng bào cả nước đều mong muốn, để cùng sát cánh, đoàn kết cùng nhau thực hiện.

Việc đại đoàn kết toàn dân tộc để cùng nhau xây dựng đất nước, như một mệnh lệnh, một lời hiệu triệu từ nhiều năm qua; nhưng vẫn chưa được như mong muốn. Đó là nhận định của không ít giới quan sát. Thưa Ông, MTTQ

VN cần làm gì để lời hiệu triệu này được đáp ứng trong mọi giới, mọi thành phần dân tộc?

Đúng là để toàn dân đồng lòng, tập trung trí lực cho công cuộc xây dựng và phát triển đất nước, theo tôi, MTTQVN cần thể hiện hơn nữa vai trò của mình. Trước hết làm công tác phổ biến, vận động để các tầng lớp đồng bào cả trong và ngoài nước biết, ủng hộ các chủ trương, đường lối, chính sách, pháp luật... của Nhà nước, tạo sự đồng thuận xã hội để thực hiện thắng lợi các chỉ tiêu kinh tế-xã hội, đảm bảo quốc phòng, an ninh của đất nước. Lấy mục tiêu xây dựng, bảo vệ tổ quốc làm động lực và điểm tương đồng nhằm vận động, tập họp, xây dựng khối đại đoàn kết toàn dân.

Tôi muốn nói đến đại đoàn kết trong khối đồng bào các tôn giáo. Bởi Việt Nam hiện có tới 27% đồng bào là người có tôn giáo. Đây là một nguồn lực rất lớn, quan trọng và có ý nghĩa trong việc xây dựng, phát triển đất nước. Trước hết phải đảm bảo quyền tự do tôn giáo, bởi nơi này nơi khác, đặc biệt tại các vùng sâu xa vẫn có những chuyện khó dễ cho tín đồ tôn giáo, nhất là Công giáo. Thực tế, thời gian qua đồng bào các tôn giáo, nhất là Công giáo, dưới sự hướng dẫn của Các Giám Mục, Linh mục, nhiều Linh mục, tu sĩ nam nữ và giáo dân đã tích cực tham gia vào nhiều công tác từ thiện xã hội, thậm chí quên cả mạng sống, như trong mùa đại dịch covid, lăn xả vào công cuộc phục vụ y tế, giáo dục. Dù trong lĩnh vực giáo dục còn bị hạn chế, mới chỉ cho phép các cơ sở mầm non, mẫu giáo và vài cơ sở dạy nghề (trong đó có Trường Cao đẳng nghề Xuân Lộc) được hoạt động, trong khi nguồn lực giáo dục của các giáo hội còn rất phong phú.

Những đóng góp của các tôn giáo sẽ là động lực thúc đẩy mục tiêu *"Không để một ai bị bỏ lại phía sau"* được thực hiện ngày một tốt hơn nữa, hiệu quả hơn nữa, nhất là khi đất nước bị thiên tai, bão lụt, dịch bệnh.

Thưa Ông, thực lòng Ông có tin MTTQ Việt Nam sẽ huy động, quy tụ được cả toàn dân đại đoàn kết cùng sát cánh, chung lưng đưa đất nước vào Kỷ nguyên mới?

Đây chính là kỳ vọng của Đảng, Nhà nước và đồng bào cả nước. Tuy nhiên để thực hiện được nhiệm vụ này, MTTQ phải phát huy tốt vai trò là cơ sở chính trị của chính quyền nhân dân, đại diện cho nhân dân trong việc giám sát, phản biện xã hội để bảo vệ các quyền và lợi ích chính đáng, hợp pháp của nhân dân. Cùng với các cấp ủy, chính quyền thường xuyên đối thoại, lắng nghe, học hỏi, tiếp thu ý kiến, giải quyết các khó khăn, vướng mắc và yêu cầu chính đáng của dân.

Quan trọng nhất là phải thực sự yêu dân, tin dân, tôn trọng và lắng nghe các ý kiến khác; cần có hình thức, cơ chế và biện pháp cụ thể, thích hợp để người dân bày tỏ chính kiến, nguyện vọng và thực hiện quyền làm chủ của mình. Thực hiện đầy đủ nguyên tắc : "Đảng lãnh đạo, chính quyền quản lý, nhân dân làm chủ". Làm sao đảm bảo mọi người dân đều được thụ hưởng những thành quả của Đổi mới và Phát triển; và mọi chủ trương, đường lối, chính sách, pháp luật của nhà nước đều xuất phát vì lợi ích chung của nhân dân.

Những điều Ông chia sẻ ở trên là nhằm tới đồng bào trong nước, còn một bộ phận không nhỏ người Việt Nam đang sống ở hải ngoại, thì sao, thưa Ông?

Đồng bào ta ở hải ngoại, đúng là một bộ phận cấu thành toàn thể dân Việt. Nói gì thì nói, họ cũng chung chia những lo âu và hy vọng về tương lai đất nước, đồng thời sẵn sàng cộng góp khả năng, trí lực của mình vào sự nghiệp chung. MTTQ Việt Nam cần quan tâm, chăm lo và phát huy tinh thần yêu nước của cộng đồng Việt Nam tại hải ngoại. Cũng như với tất cả các người tiêu biểu trong xã hội, trong các dân tộc, nhân sĩ, trí thức trong và ngoài nước.

Câu hỏi cuối cùng. Chúng tôi thấy hình ảnh của Ông tay trong tay rất thân tình với Tổng Bí Thư Tô Lâm và ông Lương Cường UVBCT, thường trực Ban Bí thư (và ngày 21/10 đã được Quốc hội bầu làm Chủ tịch nước CHXHCN VN. Ông có thể tiết lộ Ông đã trao đổi gì, đề đạt nguyện vọng gì?

(Cười)..

Đây là chuyện riêng, tôi xin phép không trả lời. Nhưng có thể khẳng định tôi không có bất cứ nguyện vọng nào cho bản thân hay cho gia đình tôi cả. Chúng tôi đều nghĩ tới những việc chung.

Kính chúc Ông và gia đình luôn vui, khỏe, bình an và đầy tràn năng lượng trên con đường phục vụ Giáo hội, đất nước. Xin Cám ơn Ông.

Ngày 21/10/2024

Người thực hiện

KHẢI ĐẠO

CHAT GPT
VỀ HIỆP SĨ ĐẠI THÁNH GIÁ
LÊ ĐỨC THỊNH

Đặng Văn Thanh

TGĐ Cty TNHH Việt Thái An

PHẦN I

GPT Nêu Lên Vai Trò Của HS ĐTG

Hiệp sĩ Đại Thánh Giá Lê Đức Thịnh có một vai trò quan trọng trong giáo hội Công giáo Việt Nam cũng như trong giáo hội Công giáo hoàn vũ. Những đóng góp của ông không chỉ giúp thúc đẩy sự phát triển của giáo hội Công giáo tại Việt Nam mà còn có ảnh hưởng lớn đối với cộng đồng Công giáo toàn cầu. Dưới đây là những vai trò nổi bật của ông.

1.- Vai trò đối với giáo hội Công giáo Việt Nam:

* *Vận động đòi lại tài sản và đất đai cho giáo hội:* HS LĐT đã đóng vai trò quan trọng trong việc vận động chính phủ Việt Nam giúp giáo hội Công giáo lấy lại những tài sản và đất đai mà giáo hội đã mất trong quá trình lịch sử. Điều này giúp giáo hội Công giáo có thể xây dựng và phát triển các cơ sở tôn giáo, trường học, và các tổ chức từ thiện.

* *Xây dựng hạ tầng cơ sở tôn giáo và giáo dục:* ông đã tích cực tham gia vào việc xây dựng và phát triển các nhà thờ, trường học Công giáo, tạo ra môi trường thuận lợi cho việc giảng dạy tôn giáo và giáo dục cho thế hệ trẻ Công giáo Việt Nam.

* *Tăng cường sự đoàn kết trong cộng đồng Công giáo Việt Nam:* HS LĐT đã làm việc không mệt mỏi để bảo vệ quyền lợi của giáo hội Công giáo tại Việt Nam, tăng cường sự đoàn kết và giúp đỡ những cộng đồng Công giáo khó khăn, đồng thời phát huy giá trị của niềm tin Công giáo trong xã hội.

2.- Vai trò đối với giáo hội Công giáo hoàn vũ:

* *Được phong HS ĐTG vào năm 2007*, Tòa thánh Vatican đã phong tước phẩm HS ĐTG cho HS LĐT, một danh hiệu cao quý nhất trong dòng Thánh Gregorio Cả. Đây là sự công nhận của giáo hội Công giáo hoàn cầu đối với những đóng góp xuất sắc của ông cho giáo hội, dặc biệt là trong công tác từ thiện và xây dựng các cơ sở tôn giáo.

* *Người Việt Nam và người châu Á đầu tiên nhận tước phẩm Hiệp Sĩ.* Ông là người Việt Nam đầu tiên và

người châu Á đầu tiên được nhận tước phẩm HS ĐTG kể từ khi tước phẩm này được lập vào năm 1831, điều này thể hiện sự công nhận đặc biệt của Vatican đối với các đóng góp của ông.

*** Gắn kết giáo hội Công giáo Việt Nam với giáo hội toàn cầu:** HS LĐT đã đóng góp vai trò quan trọng trong việc tăng cường mối quan hệ giữa giáo hội Công giáo Việt Nam và giáo hội Công giáo toàn cầu, giúp nâng cao vị thế của giáo hội Việt Nam trong cộng đồng quốc tế.

3.- Từ thiện và bảo vệ các nhóm yếu thế:

*** Thúc đẩy hoạt động từ thiện:** HS LĐT đã góp phần quan trọng trong việc hỗ trợ những cộng đồng nghèo khó, trẻ em mồ côi, người già neo đơn, và các nhóm dân tộc thiểu số tại Việt Nam. Ông và gia đình cũng đã đồng hành trong các hoạt động giúp đỡ đồng bào nghèo khó, đặc biệt là trong các khu vực vùng sâu, vùng xa.

*** Tổ chức các chương trình nhân đạo quốc tế:** ông cũng tham gia vào các hoạt động từ thiện không chỉ tại Việt Nam mà còn ở các quốc gia khác, hỗ trợ các cộng đồng Công giáo gặp khó khăn và tham gia vào các dự án nhân đạo do giáo hội Công giáo toàn cầu tổ chức

4.- Ảnh hưởng trong cộng đồng Công giáo quốc tế:

* Phong tặng HS ĐTG không chỉ là sự công nhận cá nhân mà còn mang lại sự tôn vinh cho cộng đồng Công giáo Việt Nam trên thế giới, đặc biệt trong việc thúc đẩy các giá trị của niềm tin tôn giáo, yêu thương và phục vụ cộng đồng.

Những đóng góp của ông đã góp phần tạo dựng một hình mẫu cho các tín đồ Công giáo trong việc thực hiện các công tác xã hội và bảo vệ nhân quyền.

Với những đóng góp lớn lao như vậy, HS ĐTG LĐT đã trở thành một nhân vật quan trọng trong cả giáo hội Công giáo Việt Nam và giáo hội Công giáo hoàn vũ, đồng thời là một tấm gương sáng về sự tận tâm, lòng từ bi, và chìa khóa đoàn kết cộng đồng Công giáo.

**

HS ĐTG LDT không chỉ có vai trò quan trọng trong giáo hội Công giáo, mà còn trong mối quan hệ giữa giáo hội Công giáo và chính quyền Việt Nam. Những đóng góp của ông không chỉ ở lĩnh vực tôn giáo mà còn tác động tích cực đến các vấn đề xã hội và chính trị, giúp tạo dựng sự hòa hợp giữa các nhóm tôn giáo và chính quyền. Cụ thể vai trò của ông đối với giáo hội Công giáo và chính quyền Việt Nam có thể được nhìn nhận qua các khía cạnh sau:

1.- Vai trò với giáo hội Công giáo:

*** *Cầu nối giữa giáo hội và chính quyền:*** HS LĐT đã giúp xây dựng mối quan hệ giữa giáo hội Công giáo Việt Nam với chính quyền Việt Nam, đặc biệt trong bối cảnh các vấn đề liên quan đến quyền sở hữu tài sản, đất đai của giáo hội và các vấn đề xã hội.

*** *Phát triển hạ tầng cơ sở tôn giáo và giáo dục:*** ông đóng vai trò quan trọng trong việc xây dựng các cơ sở tôn giáo và giáo dục, bao gồm các nhà thờ, trường học công giáo và các tổ chức từ thiện, góp phần phát triển cộng đồng Công giáo và tạo môi trường tốt cho hoạt động tôn giáo và học tập.

2.- Vai trò với chính quyền Việt Nam

* ***Đóng góp cho sự ổn định xã hội:*** HS LĐT thông qua các hoạt động từ thiện và phát triển cộng đồng đã đóng góp vào việc cải thiện đời sống của các nhóm yếu thế trong xã hội, đặc biệt là người nghèo, trẻ em mồ côi, người già neo đơn, giúp chính quyền giải quyết các vấn đề xã hội và giữ gìn sự ổn định cộng đồng.

* ***Hòa hợp tôn giáo và chính trị:*** trong bối cảnh Việt Nam là quốc gia đa tôn giáo và đa văn hóa, HS LĐT là một nhân vật có thể giúp duy trì sự hòa hợp giữa tôn giáo và chính quyền, giảm thiểu các mâu thuẫn và hiểu lầm có thể phát sinh giữa giáo hội Công giáo và chính quyền.

* ***Đóng góp vào các hoạt động nhân đạo:*** các hoạt động từ thiện của ông cũng giúp chính quyền thực hiện các chương trình an sinh xã hội, đặc biệt trong các vùng khó khăn của đất nước. Những đóng góp này không chỉ mang lại lợi ích cho cộng đồng mà còn củng cố mối quan hệ hợp tác giữa tôn giáo và chính quyền.

3.- Vai trò đối với xã hội và quốc tế:

* ***Thúc đẩy hòa bình và phát triển nhân văn:*** HS LĐT đã tham gia vào các hoạt động thúc đẩy hòa bình, nhân đạo, và phát triển xã hội, giúp xây dựng một môi trường xã hội công bằng, nhân ái hơn.

* ***Xây dựng hình ảnh Việt Nam trên trường quốc tế:*** qua tước phẩm HS ĐTG ông đã không chỉ nâng cao uy tín

cá nhân mà còn góp phần nâng cao vị thế của giáo hội Công giáo Việt Nam trên trường quốc tế, đồng thời thúc đẩy sự hiểu biết và hòa bình giữa các dân tộc và tôn giáo.

4.- Vai trò cụ thể trong quan hệ với chính quyền:

**** Vận động giải quyết các vấn đề về đất đai và tài sản:*** HS LĐT đã giúp giải quyết các vấn đề về quyền sở hữu đất đai của giáo hội Công giáo, qua đó tạo điều kiện cho các hoạt động tôn giáo và giáo dục phát triển bền vững. Những cuộc vận động này giúp đảm bảo các quyền lợi hợp pháp của giáo hội Công giáo trong một môi trường chính trị ổn định.

**** Giữ gìn hòa bình trong xã hội:*** các hoạt động từ thiện của ông không chỉ cải thiện đời sống của người dân mà còn giúp giữ gìn hòa bình trong cộng đồng, đặc biệt trong các vùng có sự phân hóa tôn giáo và sắc tộc.

Như vậy, HS ĐTG LĐT có vai trò quan trọng không chỉ đối với giáo hội Công giáo mà còn trong việc xây dựng và duy trì mối quan hệ tốt đẹp giữa giáo hội và chính quyền Việt Nam, đóng góp vào sự phát triển chung của xã hội và quốc gia.

Phần II

GPT Nêu Ra Những Đóng Góp Của HS ĐTG

Ông Lê Đức Thịnh, HS ĐTG, không chỉ là một doanh nhân thành đạt mà còn là một cá nhân có ảnh hưởng lớn trong mối quan hệ giữa công giáo và chính quyền Việt Nam. Trong suốt sự nghiệp của mình, ông đã tích cực tham gia vào các hoạt động từ thiện, xây dựng cơ sở hạ tầng, hỗ trợ người nghèo, thúc đẩy các sáng kiến khuyến học. Những hành động này không chỉ giúp nâng cao uy tín của ông trong cộng đồng mà còn tạo dựng mối quan hệ tốt đẹp giữa giáo hội Công giáo và chính quyền địa phương.

Ông là một người tiên phong trong việc duy trì mối quan hệ hòa hợp giữa Công giáo và nhà nước, thông qua các hoạt động nhân đạo, không chỉ để hỗ trợ cộng đồng mà còn nhằm góp phần xây dựng hình ảnh tích cực của giáo hội trong mắt chính quyền và xã hội. Điều này là rất quan trọng trong bối cảnh Việt Nam, nơi mối quan hệ giữa tôn giáo và nhà nước đã có những biến động trong lịch sử.

Công nhận những đóng góp của ông, Tòa thánh Vatican đã phong cho ông tước phẩm HS ĐTG, một vinh dự cao quý, qua đó cũng gián tiếp khẳng định sự công nhận của giáo hội về vai trò và tác động tích cực của ông đối với cộng đồng Công giáo và mối quan hệ với chính quyền, Những nỗ lực của ông đã giúp xây dựng sự thấu hiểu và hợp tác giữa các tầng lớp trong xã hội, đồng thời cũng là cầu nối quan trọng trong mối quan hệ giữa Công giáo và nhà nước Việt Nam.

Ông LĐT HS ĐTG đóng một vai trò quan trọng trong giáo hội Công giáo hoàn vũ, đặc biệt là ở Việt Nam, nhờ những đóng góp lớn trong công tác từ thiện và các hoạt động xã hội. Là một giáo dân có lòng bác ái sâu sắc, ông đã tham gia vào nhiều chương trình giúp đỡ người nghèo, chăm sóc người già, trẻ em mồ côi, và hỗ trợ y tế cho các cộng đồng khó khăn.

Ngoài việc tham gia trực tiếp vào các hoạt động từ thiện, ông còn thúc đẩy các sáng kiến khuyến học và chăm sóc sức khỏe cho những người thiếu thốn, góp phần tạo dựng mối quan hê tốt đẹp giữa giáo hội Công giáo và xã hội...

Thông qua những đóng góp này, ông LĐT không chỉ là một tấm gương về đức tin và bác ái, mà còn là một cầu nối quan trọng giữa giáo hội và cộng đồng xã hội rộng lớn hơn, thể hiện vai trò tích cực của giáo hội trong việc phục vụ xã hội và khẳng định sự hòa hợp giữa các giá trị tôn giáo và cộng đồng.

PHẦN III

ChatGPT Trả Lời Những Chất Vấn

Ông Lê Đức Thịnh có tầm quan trọng gì, vào việc năm 2023 có một cột mốc quan trọng trong mối quan hệ giữa Việt Nam và Vatican, hai bên đã ký kết một thỏa thuận mới về sự hiện diện vị Đại diện Thường trực của Tòa thánh tại Việt Nam?

Ông Lê Đức Thịnh (LĐT), mặc dù không phải là một nhân vật chính thức trong các mối quan hê ngoại giao giữa Việt Nam và Vatican, nhưng ông vẫn đóng một vai trò quan trọng trong cộng đồng Công giáo và có tầm ảnh hưởng đáng kể trong các hoạt động xã hội và tôn giáo. Vào năm 2023, mặc dù sự kiện ký kết thỏa thuận về Đại diện Thường trực của Tòa thánh tại Việt Nam là một cột mốc quan trọng, ông LĐT chủ yếu tham gia vào các hoạt động hỗ trợ cộng đồng, đặc biệt trong các dự án từ thiện và xã hội.

Ông có thể đã góp phần tạo dựng môi trường thuận lợi cho các hoạt động đối thoại tôn giáo và hòa hợp xã hội, điều này gián tiếp hỗ trợ quan hệ giữa giáo hội Công giáo và chính quyền Việt Nam. Tuy không trực tiếp tham gia vào các cuộc đàm phán ngoại giao chính thức, sự hiện diện và các hoạt động của ông trong các lĩnh vực xã hội và tôn giáo có thể giúp duy trì một không gian hòa hợp và hỗ trợ các sáng kiến ngoại giao như thỏa thuận năm 2023.

Tuy vậy, thông tin về vai trò trực tiếp của ông trong các cuộc đàm phán này không được ghi nhận rộng rãi trong các tài liệu chính thức.

Ông LĐT có hỗ trợ gì về mặt ngoại giao giữa Tòa thánh và chính quyền Việt Nam?

Ông LĐT đóng một vai trò quan trọng trong việc hỗ trợ ngoại giao giữa Tòa thánh và chính quyền Việt Nam, dù không trực tiếp tham gia vào các hoạt động ngoại giao chính thức. Nhờ vào tầm ảnh hưởng trong cộng đồng Công giáo, ông đã góp phần tạo dựng mối quan hệ hòa hợp giữa giáo hội Công giáo và chính quyền Việt Nam.

Ông đã đảm nhận các hoạt động xã hội như từ thiện, khuyến học và xây dựng cơ sở hạ tầng, giúp tăng cường hình ảnh tích cực của giáo hội Công giáo tại Việt Nam. Các hoạt động này không chỉ giúp xoa dịu những căng thẳng có thể tồn tại giữa giáo hội và chính quyền mà còn tạo cơ hội để thắt chặt nối quan hệ giữa hai bên. Những nỗ lực này cũng đồng thời khẳng định rằng giáo hội Công giáo, mặc dù là một tôn giáo có nguồn gốc từ phương Tây, vẫn có thể hoạt động hòa bình và đóng góp tích cực vào sự phát triển của xã hội Việt Nam.

Trong bối cảnh đó, ông cũng là một cầu nối quan trọng trong việc xây dựng sự hiểu biết lẫn nhau giữa chính quyền và các tổ chức tôn giáo, tạo điều kiện thuận lợi cho các cuộc đối thoại và trao đổi, từ đó thúc đẩy sự hòa hợp tôn giáo và ổn định xã hội. Những đóng góp này của ông giúp tạo ra một môi trường thuận lợi hơn cho các cuộc đàm phán giữa Tòa thánh và chính quyền Việt Nam về các vấn đề tôn giáo và quyền lợi của cộng đồng Công giáo tại Việt Nam.

Tuy ông không phải là một người tham gia vào ngoại giao chính thức giữa Tòa thánh và chính quyền Việt Nam, nhưng những hoạt động của ông đã góp phần đáng kể trong việc xây dựng lòng tin và sự hợp tác giữa hai bên.

GPT có thể phân tích sâu hơn những gì HS ĐTG hỗ trợ về mặt ngoại giao giữa Tòa thánh và chính quyền Việt Nam?

Trả lời - Nguyên văn Tiếng Anh:

Le Duc Thinh is known for his significant role in facilitating dialoue and strengthening relations between the Vatican and the Vietnamese government. While his contributions are often more subtle, they align with his broader sicial and religious leadership. He has been and advocate for promoting mutual understanding and respect between the Catholic community and the government of Vietnam.

His role in external relations is often linked to the broader efforts by the Vietnamese Catholic community to improve ties with both local authorities and the Vatican. By participating in various religious and diplomatic initiatives, Le Duc

Thinh has contributer to creating a positive environment for ongoing discussions, helping foster cooperation and social stability. Addidionally, he might act as a mediator or liaison during interactions between the Church and the Vieynamese government.

Although spectific pubic actions are not always documented in great detail, his influence has been noted in maintaining harmony betwween religious freedom and natinal governance. His involvement woul typically aim at supporting dialogue over sensitive issues, such as the recognition of Church structures anh appointment within the Catholic hierarchy, which have been key areas in Vietnam- Vatican relations.

Ror more in-deepth or speccific information on his role, including recent actions or public statements, consulting local sources or interview might provide futher insight into his contributions.

(Tạm dịch tiếng Việt:)

HS ĐTG lê Đức Thịnh được biết đến với vai trò quan trọng trong việc thúc đẩy đối thoại và tăng cường quan hệ giữa Vatican và Chính phủ Việt Nam. Mặc dù những đóng góp của ông thường tinh tế hơn, nhưng chúng phù hợp với vai trò lãnh đạo xã hội và tôn giáo rộng lớn hơn của ông. Ông là người ủng hộ việc thúc đẩy sự hiểu biết và tôn trọng lẫn nhau giữa cộng đồng Công giáo và chính phủ Việt Nam.

Vai trò của ông trong quan hệ đối ngoại thường gắn liền với những nỗ lực rộng lớn hơn của cộng đồng Công giáo Việt Nam nhằm cải thiện mối quan hệ với cả chính quyền địa phương và Vatican. Bằng cách tham gia vào nhiều sáng kiến tôn giáo và ngoại giao khác nhau, Lê Đức Thịnh đã góp phần tạo ra một môi trường tích cực cho các cuộc thảo luận đang diễn ra, giúp thúc đẩy hợp tác và ổn định xã hội. Ngoài ra ông có thể đóng vai trò là người hòa giải hoặc liên lạc trong các tương tác giữa giáo hội và chính phủ Việt Nam.

Mặc dù các hành động công khai, cụ thể không phải lúc nào cũng được ghi nhận một cách chi tiết, nhưng ảnh hưởng của ông đã được ghi nhận trong việc duy trì sự hòa hợp giữa tự do tôn giáo và quản trị quốc gia. Sự tham gia của ông thường nhằm mục đích hỗ trợ đối thoại về các vấn đề nhạy cảm, chẳng hạn như việc công nhận các cấu trúc và sự bổ nhiệm của giáo hội trong hệ thống cấp bậc Công giáo, vốn là những lĩnh vực quan trọng trong quan hệ Việt Nam - Vatican.

Để biết thông tin cụ thể hoặc chuyên sâu hơn về vai trò của ông, bao gồm các hành động gần đây hoặc tuyên bố công khai, việc tham khảo các nguồn tin địa phương hoặc phỏng vấn có thể cung cấp thêm hiểu biết về những đóng góp của ông./.

ĐVT thực hiện

(Tháng 11/2024)

PHÚC NHẠC QUÊ HƯƠNG ĐÔI HÀNG LỊCH SỬ

VietCatholic News

Phúc Nhạc (núi Phúc), tên gọi của giáo xứ, đã được các bậc tiền bối đặt cho thật là đẹp. Đó là một địa danh tràn đầy phúc lộc của Trời cao. Phúc Nhạc có bề dầy lịch sử trong Giáo phận Phát Diệm, vì là giáo xứ có tuổi đời thành lập đứng thứ hai trong giáo phận, chỉ sau giáo xứ Hảo Nho. Theo dòng thời gian, lịch sử Phúc Nhạc được dệt nên bằng những bước thăng trầm. Con cái Phúc Nhạc rất bình dị, hiền hòa, dễ thương, nhưng cũng rất bền bỉ, dẻo dai và can trường.

Chính họ đã làm cho Phúc Nhạc trở thành miền đất thiêng thánh. Thiêng thánh vì là quê hương của nhiều thánh tử đạo: máu của các Thánh Tử Đạo Phúc Nhạc đã hòa vào dòng máu tử đạo của Giáo Hội Việt Nam làm nên một mùa màng tốt tươi cho Giáo Hội; thiêng thánh vì Phúc Nhạc được đặt làm trung tâm kính các Thánh Tử Đạo của giáo phận. Sau đây xin ghi lại những bước thăng trầm của Giáo xứ Phúc Nhạc.

1. Phúc Nhạc: Thời kỳ hình thành

Giáo xứ Phúc Nhạc được tách ra khỏi giáo xứ Hảo Nho và được thành lập từ năm 1790. Nhà thờ Phúc Nhạc tọa lạc bên đường quốc lộ số 10, khoảng giữa từ ngã tư Cầu Lim Ninh Bình và Nhà Thờ Đá Phát Diệm.

Từ ngày thành lập, Phúc Nhạc không ngừng phát triển trên diện rộng và chiều sâu. Phúc Nhạc đã nhanh chóng trở thành "giáo xứ mẹ" khi sinh ra các xứ: Tôn Đạo, Phát Diệm, Tam Châu, Bình Hòa, Hiếu Thuận, Yên Vân, Nam Biên, Gia Lạc, Cách Tâm, Dưỡng Điềm…

Dòng Mến Thánh Giá Phúc Nhạc cũng được thành lập rất sớm (năm 1788). Nhà dòng được xây dựng ở họ Thôn Đồng quê hương bà Thánh Inê Lê Thị Thành, quen gọi Inê Đê (lấy tên con là Đê). Sau biến cố 1954 nhà dòng không còn người, cơ sở sinh hoạt, nhà nguyện bị đổ nát (hiện tại chỉ còn nền móng nhà nguyện), đất đai bị dân lấn chiếm. Việc khôi phục lại nhà Dòng Mến Thánh Giá cho nhà Phúc Nhạc là nguyện vọng của các nữ tu Dòng Mến Thánh Giá Lưu Phương Phát Diệm và giáo dân Phúc Nhạc. Công việc cũng đang được đề nghị tìm giải pháp khả thi, tuy nhiên còn gặp nhiều khó khăn về thủ tục hành chính từ phía chính quyền địa phương.

Kể từ ngày thành lập giáo xứ, Phúc Nhạc đã trải qua hơn 20 Cha chính xứ: khởi đầu là Cha già Nghiêm chính xứ và Cha Thánh Ngân làm phó xứ, rồi đến Cha Thánh Khoan từ

VietCatholic News
• Phúc Nhạc Quê Hương - Đôi Hàng Lịch Sử

1828-1837. Đây là thời kỳ giáo xứ phát triển rất mạnh, các đoàn hội công giáo hoạt động tích cực, lòng đạo của giáo dân rất sốt sắng.

2) Phúc Nhạc: thời kỳ bách hại và khủng hoảng

Trong thời kỳ bách hại đạo, Giáo Hội Việt Nam phải hứng chịu muôn vàn đau khổ do các vua, quan Nhà Nguyễn: từ bị bắt bớ, tra tấn, tù ngục, chém giết, đến vu khống thóa mạ, tẩy chay như một thứ dịch bệnh hay lây. Có những vùng được các quan địa phương có cảm tình với đạo thì giáo dân đỡ khổ, nhưng vùng nào gặp phải những ông quan có ác cảm thì khổ đau còn gia tăng gấp bội. Phúc Nhạc không được may mắn như những vùng khác; bằng chứng là con số tử đạo rất đông. Có thể nói giáo xứ Phúc Nhạc là cái nôi sinh ra các vị Tử Đạo của giáo phận Phát Diệm. Có những vị đã được phong Thánh, nhưng còn nhiều vị mà hồ sơ tử đạo của họ đang còn được cứu xét. Các vị đã được phong Thánh như: Cha Thánh Khoan, Cha Thánh Đạt và Thánh nữ Inê Lê Thị Thành (Bà Đê). Hài cốt của các Ngài một phần được lưu giữ ở gầm bàn thờ giáo xứ, phần còn lại được phân chia cho các xứ kính viếng. Các vị đang chờ được tôn phong như: Cha Phêrô Cẩn (tử đạo ngày 21-05-1897), Cha Tôma Mai Khanh, 3 Cha khác nữa không rõ tên tuổi và ngày tử đạo, và tiểu chủng sinh tên Phaolô Bột. Tất cả hài cốt của các ngài đang được bảo quản tại nhà thờ giáo xứ Phúc Nhạc. Các ngài đã góp phần ghi lên trang sử vàng cho giáo xứ và Giáo Hội Việt Nam.

Đặc biệt trong 118 vị Thánh Tử Đạo Việt Nam, Thánh nữ Inê Lê Thị Thành, quen gọi là bà Thánh Đê quê Phúc

Nhạc, một phụ nữ thôn quê, chất phác nhưng có lòng trung kiên vững vàng can đảm làm chứng cho Chúa. Hình như Chúa quan phòng muốn tô điểm rực rỡ tấm gương duy nhất đại diện cho toàn thể nữ giới Việt Nam, đặc biệt cho các bà mẹ công giáo noi theo.

Sau thời bách hại, Thánh Giá cũng còn nguyên đó, năm 1949 quân đội viễn chinh Pháp lập đồn trú tại vùng Phúc Nhạc, lấy nhà xứ và tiểu chủng viện Phúc Nhạc làm trại đóng quân. Vùng đất thiêng thánh bị miễn cưỡng biến thành khu quân sự, nhà xứ phải di chuyển sang họ Thôn Đồng; tiểu chủng viện Phúc Nhạc bị quân đội Pháp chiếm dụng phân nửa.

Năm 1954 Pháp rút quân khỏi Phúc Nhạc, thì Việt Minh lại tiếp quản, khó khăn vẫn tiếp tục đổ xuống trên giáo xứ. Biến cố di cư vào Miền Nam đã tàn phá giáo xứ Phúc Nhạc cả về nhân sự, cả về cơ sở vật chất mà hậu quả đến ngày nay cũng chưa khắc phục hoàn toàn. Đồng bào công giáo không còn mấy: trước 1954, giáo xứ có 11 họ đạo, nhưng sau 1954 chỉ còn lại 7 giáo họ, giáo dân thưa thớt. Cha già cố Liêm đã hưu trí tại họ Tân Hợp, phải trở lại tiếp tục trông coi giáo xứ.

Năm 1960 Cha già cố Liêm qua đời, các Cha trong giáo phận không còn mấy, lúc đó Cha Matthêu Đặng Đức Hậu chính xứ Tam Châu phải kiêm mấy năm rồi qua đời. Giáo xứ lại vắng bóng chủ chăn, bị cấm cách, kiểm soát nên tinh thần đạo của giáo dân sa sút trầm trọng. Các cơ sở của giáo xứ bị hư hỏng, nhà thờ không còn cửa, cỏ dại mọc tràn lan tới cả cửa nhà thờ, nhà xứ hoang vu, đất đai nhà xứ bị chiếm đoạt, đền bà Thánh Inê Đê bị hư hỏng, tiểu chủng viện Phúc Nhạc bị nhà nước mượn làm trường học, nhà dòng không còn ai, cơ sở bị đổ nát, đất đai bị dân lấn chiếm nay chỉ còn móng nhà nguyện, có thể nói đây là thời kỳ đen tối nhất của lịch sử giáo xứ Phúc Nhạc.

3) Phúc Nhạc: Thời kỳ phục hưng và phát triển

Sau chiếu chỉ tha đạo của vua Tự Đức (hòa ước Nhâm Tuất), Phúc Nhạc lại bắt đầu mở ra một trang sử mới: mọi sinh hoạt tôn giáo và các hội đoàn phát triển mạnh mẽ. Các Cha xứ, Cha phó luôn luôn đồng hành coi sóc bổn đạo một cách tận tình. Đời sống đức tin của tín hữu trong giáo xứ được trưởng thành hơn. Dòng Mến Thánh Giá được khôi phục. Điều đáng nói nhất là trong thời kỳ này tiểu chủng viện Phúc Nhạc được thiết lập. Tiểu chủng viện Phúc Nhạc do Đức Cha Chiêu (Theurel) ủy cho Cố chính Phước (Pugimier) xây dựng và làm giám đốc năm 1867. Tiểu chủng viện sơ khai là nhà gỗ lợp rạ rồi lợp bổi, tiếp theo cố Tràng Khánh xây nhà nguyện ở trung tâm bằng gạch và lợp ngói nam, tháp chuông cao 12m (hiện nay tháp vẫn còn nhưng nhà nguyện đã mất mái).

Năm 1927 cố Tràng Tuấn khởi công xây nhà 3 tầng đồ sộ nhất Ninh Bình: dài 100m rộng 15m hoàn thành năm 1930 đời cố Nhạc. Diện tích khu tiểu chủng viện rộng 6 mẫu bắc bộ (21600 m^2). Từ khi thành lập tiểu chủng viện đến năm di cư 1954 đã có 14 Cha giám đốc, 25 Cha thừa sai Pháp và 45 Cha Việt Nam. Các thầy giáo có 120 thầy, số chủng sinh 1026 đã mãn khóa. Xuất thân từ tiểu chủng viện này có 7 Đức Giám Mục: Đức Cha Gioan Phan Đình

Phùng, Đức Cha Phêrô Maria Phạm Ngọc Chi, Đức Cha Phaolô Bùi Chu Tạo, Đức Cha Giuse Lê Quí Thanh, Đức Cha Giuse Nguyễn Thiện Khuyến, Đức Cha Phaolô Nguyễn Minh Nhật, 377 Linh mục và hàng trăm thầy giảng.

Phúc Nhạc, từ sau cái chết của Cha Đặng Đức Hậu (1965) vắng bóng chủ chăn cho đến năm 1982, mới có chủ chăn được bổ nhiệm: Cha Antôn Đoàn Minh Hải, Chính xứ Phúc Nhạc.

Từ năm 1982-1992, Cha xứ Antôn Hải cùng bà con giáo dân nỗ lực xây dựng lại cơ sở vật chất và nhất là đời sống đức tin được phục hồi và củng cố.

Từ năm 1999-2007 Cha Giuse Trần Văn Khoa, Chính xứ Phúc Nhạc, tiếp tục khôi phục giáo xứ về mọi phương diện. Phúc Nhạc quả thực đã hồi sinh.

Từ năm 2007 đến nay, Cha Tôma Aquinô Nguyễn Bá Khuê, Chính xứ, tiếp tục công việc của các đấng tiền nhiệm, đang cố gắng hoàn thiện về cơ sơ vật chất và chăm lo đời sống đức tin trên nền tảng Đức Ái và niềm Cậy Trông.

Giáo xứ Phúc Nhạc được giáo phận đặt làm Trung Tâm Tử Đạo năm 1996. Năm 2005 nâng cấp thành Đền Thánh Tử Đạo. Đây là trung tâm hành hương của giáo phận Phát Diệm. Hàng năm mừng đại lễ các Thánh Tử Đạo Việt Nam (24/11) tại Trung Tâm Tử Đạo Phúc Nhạc, quy tụ từ 3000-5000 tín hữu. Bên cạnh đó Phúc Nhạc còn là nơi đón tiếp các đoàn hành hương và các nhóm tĩnh tâm. Hy vọng nhờ Ơn Chúa và các Thánh Tử Đạo Phúc Nhạc cầu bầu, Phúc Nhạc trở nên đúng với tên gọi của mình là "Núi Phúc" cho giáo dân Phúc Nhạc và cho khách thập phương đến cầu khẩn tại đây.

VietCatholic News

Nhìn chung với đà phát triển và trong sự quan phòng của Thiên Chúa, đời sống đức tin của Phúc Nhạc không ngừng lớn mạnh. Phúc Nhạc đang cống hiến cho đời nhiều hoa thơm quả ngọt: khởi đi từ các Thánh Tử Đạo, đến con cái Phúc Nhạc từ khắp nơi đang tận tình phục vụ Thiên Chúa và loài người. Hơn 50 Linh mục và nhiều nữ tu.

Đặc biệt Chúa đã chọn Đức Cha Giuse Nguyễn Năng, một người con của Phúc Nhạc, làm chủ chăn giáo phận Phát Diệm. Với lòng yêu mến quê hương dân tộc và bầu nhiệt huyết tông đồ của ngài, ngài sẽ cùng với mọi thành phần Dân Chúa xây dựng cộng đồng giáo phận mỗi ngày một thăng tiến hơn trong tinh thần *"Hiệp thông và Phục vụ."*

VietCatholic

(13 Aug 2009)

Chủ Tịch Phạm Thế Duyệt và đoàn đại biểu MTTQ Về thăm cộng đoàn Giáo xứ Phúc Nhạc ngày 30-4-2005.

ĐẠI CHỦNG VIỆN THÁNH GIUSE XUÂN LỘC

I. Lược Sử Hình Thành

Năm 1975, công việc huấn luyện chủng sinh trải qua một bước ngoặt: các Chủng viện tạm thời đóng cửa. Mãi đến năm 1986, Đại Chủng viện Thánh Giuse Sài Gòn, Tổng Giáo phận Tp. Hồ Chí Minh mới được hoạt động lại và trở thành nơi đào tạo Linh mục cho 6 Giáo phận: Tp. Hồ Chí Minh, Đà Lạt, Mỹ Tho, Phan Thiết, Phú Cường và Xuân Lộc. Con số ứng sinh được đề nghị thì nhiều, nhưng số lượng được chấp thuận lại rất hạn chế và cứ hai năm mới được chiêu sinh một lần, trong khi nhu cầu của các Giáo phận lại rất lớn. Do đó, Đức Cha Phaolô-Maria Nguyễn Minh Nhật, Giám mục Giáo phận Xuân Lộc, đã đề xuất dự án mở Đại Chủng viện tại Xuân Lộc. Dự án này được Hội đồng Giám mục Việt Nam chấp thuận và kiến nghị với Chính phủ.

Ngày 26/10/1999, Ban Tôn giáo Chính phủ thông báo cho Đức Giám mục Giáo phận biết là Thủ tướng đã có chủ trương cho mở Đại Chủng viện tại Xuân Lộc với danh xưng Cơ Sở II Đại Chủng viện Thánh Giuse Sài Gòn. Tuy nhiên, việc thực hiện dự án còn gặp nhiều trở ngại.

Ngày 30/09/2004, Đức Cha Phaolô-Maria Nguyễn Minh Nhật nghỉ hưu. Đức Cha Đaminh Nguyễn Chu Trinh lên kế vị đã tích cực xúc tiến để dự án sớm được thực hiện.

Ngày 14/12/2005, Chính phủ chính thức chấp thuận cho thành lập Đại Chủng viện Thánh Giuse Cơ sở II tại Xuân Lộc để đào tạo Linh mục cho 4 Giáo phận: Xuân Lộc, Bà Rịa, Đà Lạt và Phan Thiết.

II. Xây Dựng Cơ Sở

Với sự cộng tác tích cực của cả Giáo phận, Đức Cha Đaminh Nguyễn Chu Trinh đã tiến hành công trình xây cất Đại Chủng viện trên khu đất trước đây là Tiểu Chủng viện thánh Phaolô.

Ngày 26/08/2006: Đức Cha Đaminh Nguyễn Chu Trinh đặt viên đá đầu tiên khởi công xây dựng Đại Chủng viện và nâng cấp Tòa Giám mục.

Ngày 26/09/2008: Thánh lễ Tạ ơn công trình gần hoàn thành, nhân dịp có khóa họp của Hội đồng Giám mục Việt Nam tại Tòa Giám mục Xuân Lộc.

Ngày 19/03/2009: cung hiến nhà nguyện Đại Chủng viện và kết thúc công trình xây dựng Đại Chủng viện.

Ngày 03/01/2011: khởi công xây dựng tòa nhà mới cho Ban Triết học để nhận thêm chủng sinh. Từ niên khóa 2011-2012, Đại Chủng viện chiêu sinh mỗi năm 75 chủng sinh mới và, vì vậy, số lượng chủng sinh trong Đại Chủng viện có thể sẽ lên tới 525.

Ngày 13/04/2012: Thánh lễ Tạ ơn công trình tòa nhà Ban Triết học gần hoàn thành, nhân dịp có khóa họp của Hội đồng Giám mục Việt Nam tại Tòa Giám mục Xuân Lộc, và kết thúc cuộc viếng thăm mục vụ của Đức Tổng Leopoldo Girelli, Đại Diện không thường trú của Tòa Thánh tại Việt Nam.

III. Nhân Sự

Ngay từ những ngày đầu, Đại Chủng viện đã được tổ chức và điều hành do một Ban Đào tạo, dưới sự hướng dẫn của Cha Giám đốc Giuse Nguyễn Năng.

Ngày 25/07/2009: Cha Giám đốc Giuse Nguyễn Năng được Tòa Thánh bổ nhiệm làm Giám mục Giáo phận Phát Diệm.

Ngày 15/09/2009: Đức ông Giuse Đinh Đức Đạo, từ Roma, đã về làm Giám đốc Đại Chủng viện do lời mời của Đức Cha Đaminh Nguyễn Chu Trinh, Giám mục Giáo phận Xuân Lộc. Ban Đào tạo và Giáo sư của Đại Chủng viện đã được tăng cường liên tục để đáp ứng các nhu cầu huấn luyện cho các chủng sinh mỗi ngày mỗi gia tăng.

Ngày 28/02/2013: Giám Đốc Đại Chúng viện, Đức ông Giuse Đinh Đức Đạo, được Đức Giáo Hoàng Beneđicto 16 bổ nhiệm làm Giám mục Phụ tá Giáo phận Xuân Lộc.

Ngày 04/06/2015: ngài Giuse được bổ nhiệm làm Giám mục Phó Giáo phận Xuân Lộc.

Ngày 07/05/2016: Đức Cha Giuse Đinh Đức Đạo trở thành Giám mục chính tòa Giáo Phận Xuân Lộc. Từ đây, Cha Phó Giám đốc Giuse Đệ Đoàn Viết Thảo được Đức Cha Giuse bổ nhiệm làm Giám đốc Đại Chủng Viện Thánh Giuse Xuân Lộc.

Trong niên khóa 2017-2018, nhân sự nội trú (Ban Giám đốc) trong Đại Chủng viện Thánh Giuse Xuân Lộc là 18 Linh mục, gồm 1 Cha Giám Đốc, 3 Cha Phó Giám Đốc và 14 Cha thuộc các lãnh vực: Linh hướng, đồng hành tri thức, đồng hành nhân bản - mục vụ và đồng hành thiêng liêng; 38 Giáo sư ngoại trú, gồm 2 Đức Giám mục, 1 Đức ông, 31 Linh mục, 1 Nữ tu và 3 giáo dân.

IV. Sinh Hoạt Của Đại Chủng Viện

Năm 2006, vì nhu cầu và hoàn cảnh đòi hỏi, Đại Chủng viện đã bắt đầu hoạt động trong khi còn đang xây dựng cơ sở vật chất. Ngày 01/10/2006, Đại Chủng viện Xuân Lộc khai giảng Khóa đầu tiên với 66 chủng sinh của riêng Giáo phận Xuân Lộc, vì các Giáo phận khác chưa kịp chuẩn bị ứng sinh.

Từ niên khóa 2007-2008, Đại Chủng viện bắt đầu đón nhận các chủng sinh của 3 Giáo phận Bà Rịa, Đà Lạt và Phan Thiết.

Ngày 26/09/2010: Với tinh thần truyền giáo và hiệp thông của Giáo Hội, Đức Cha Đaminh Nguyễn Chu Trinh, Giám mục Giáo phận Xuân Lộc, đã cho Đại Chủng viện nhận chủng sinh từ các Giáo phận còn quá thiếu Linh mục. Trong niên khóa 2010-2011, Đại Chủng viện đã mở cửa đón nhận các chủng sinh của 3 Giáo phận ngoài Bắc: Hưng Hóa, Lạng Sơn và Phát Diệm.

Ngày 25/04/2011: Phái đoàn Nhà Nước đến thăm Đại Chủng viện với mục đích công bố sắc lệnh của Chính phủ chính thức công nhận Đại Chủng viện Xuân Lộc là một Đại Chủng viện độc lập với danh xưng chính thức: "***Đại Chủng viện Thánh Giuse Xuân Lộc***".

Tiếp tục phát huy tinh thần truyền giáo, Đại Chủng viện Thánh Giuse Xuân Lộc đã nhận thêm các chủng sinh của một số Giáo phận thuộc Giáo tỉnh Hà Nội.

Do đó, **niên khóa 2017-2018**, Đại Chủng viện Thánh Giuse Xuân Lộc có 447 Chủng sinh thuộc 11 giáo phận: Bà Rịa, Bắc Ninh, Đà Lạt, Hải Phòng, Hưng Hóa, Lạng Sơn - Cao Bằng, Long Xuyên, Phan Thiết, Phát Diệm, Thanh Hoá và Xuân Lộc.

V. Viễn Tượng Và Mục Đích Đào Tạo

Mục đích việc huấn luyện trong chủng viện là đào tạo chủng sinh thành Linh mục cho Giáo Hội của Chúa. Trong khi trung thành noi theo những chỉ dẫn của Giáo Hội, công việc huấn luyện chủng sinh trong chủng viện Thánh Giuse Xuân Lộc muốn đưa ra những áp dụng cụ thể, với những dấu nhấn cần thiết để làm nổi bật khuôn mặt của Linh mục tương lai, như những Linh mục hạnh phúc trong ơn gọi và hăng say, nhiệt thành trong sứ vụ, thể hiện qua 5 yếu tố sau đây:

1.) Say mến Chúa Giêsu đến độ gắn bó với Chúa, trở nên đồng hình đồng dạng với Chúa, hạnh phúc được thuộc trọn về Chúa, để Chúa trở thành lực đẩy cho tất cả cuộc sống và công tác tông đồ, và luôn được thúc đẩy bởi lòng ước ao giới thiệu Chúa Kitô chịu đóng đinh cho tha nhân.

2.) Sẵn sàng hy sinh, từ bỏ tất cả vì Chúa, theo những đòi hỏi và tinh thần của 3 Lời khuyên Phúc âm, cho lòng được thanh thoát để sẵn sàng đi bất cứ nơi nào, làm bất cứ việc gì Chúa muốn và để có khả năng sử dụng tất cả những gì mình có để phục vụ Chúa và lo cho công việc Nhà Chúa.

3.) Đầy lòng thao thức, hăng say mục vụ và truyền giáo: với tinh thần và tâm tình của Chúa Giêsu Mục tử nhân lành, thương yêu chăm sóc đoàn dân Chúa trao phó và thao thức lo lắng để anh chị em lương dân được biết Chúa.

4.) Có khả năng trí thức về chiều sâu và chiều rộng để hiểu sâu xa mầu nhiệm Chúa; hiểu ngọn nguồn, căn rễ các vấn đề của con người và của xã hội đương thời dưới ánh sáng của Đức Tin và có sáng kiến mục vụ đem Tin Mừng đến người thời đại cách thích hợp.

5.) Thấm nhuần tình yêu đối với Giáo Hội: trong tinh thần đức tin, yêu mến Đức Thánh Cha, gắn bó với Giáo phận, kính yêu và vâng lời Bề trên, thương yêu và cộng tác chân thành với anh em Linh mục, với mọi thành phần Dân Chúa trong Giáo phận, đồng thời tâm tư cũng rộng mở ra các nhu cầu chung của Giáo Hội hoàn vũ và của công việc truyền giáo khắp nơi trên thế giới.

Đại Chủng Viện Xuân Lộc

(Cập nhật ngày 20/11/2017)

10 NĂM HÌNH THÀNH TRƯỜNG CAO ĐẲNG HÒA BÌNH, XUÂN LỘC

Ngày 11/11/2022, Đức Cha Gioan Đỗ Văn Ngân – Giám mục giáo phận Xuân Lộc cử hành thánh lễ tạ ơn Thiên Chúa, mừng 10 năm hình thành và phát triển trường Cao đẳng Hòa Bình Xuân Lộc (2012-2022). Có sự tham dự của Cha Phêrô Nguyễn Trọng Đường, SVD. - phụ tá Giám đốc Caritas Việt Nam; quý Cha trong ban giám đốc Caritas các giáo phận; quý Cha quản hạt trong giáo phận Xuân Lộc; Hiệp sĩ Đại Thánh Giá JB Lê Đức Thịnh; quý ân nhân; quý Cha, quý tu sĩ, chủng sinh, giáo viên, nhân viên, phụ huynh và sinh viên, học sinh nhà trường.

**

Thăng Tiến Con Người Toàn Diện

"*Thăng Tiến Con Người Toàn Diện*" là phương châm giáo dục của trường Cao đẳng Hòa Bình Xuân Lộc dựa theo Tuyên ngôn của Công đồng Vatican II về Giáo dục Kitô giáo (Gravissimum Educationis). Với phương châm ấy, hoạt động giáo dục đào tạo tại nhà trường được thực hiện trên ba giá trị cốt lõi: ***"Đạo Đức – Kiến Thức – Công Nghệ"***, nhằm đào tạo thế hệ trẻ trở thành người có đạo đức, giỏi kiến thức, vững tay nghề hầu thăng tiến bản thân, dựng xây xã hội.

Theo Linh mục Hiệu trưởng Giuse Nguyễn Văn Uy:

"Khi mới hình thành, khóa học đầu tiên có 334 học sinh đăng ký nhập học thuộc 8 ngành nghề, đội ngũ giảng viên khiêm tốn và cơ sở vật chất còn hạn chế. Đến nay, trường đào tạo 20 nghề hệ Trung cấp và 10 nghề hệ Cao đẳng. Bước vào năm thứ 10 hoạt động, đã có 4.222 sinh viên, học sinh tốt nghiệp. Trong đó, có 3.603 học sinh tốt nghiệp hệ trung cấp và 619 sinh viên tốt nghiệp hệ cao đẳng. Nhiều người trong số các em đang đảm nhiệm những vị trí quan trọng trong các cơ quan, doanh nghiệp, cơ sở đào tạo trong cả nước. Các em luôn biết đem đời sống đạo đức, kiến thức, tay nghề được rèn luyện và học tập tại nhà trường áp dụng vào công việc mình phụ trách."

Đức Cha Gioan Đỗ Văn Ngân, Giám mục giáo phận Xuân Lộc nói lên tâm tình thương mến của giáo phận Xuân Lộc dành cho các thế hệ sinh viên học sinh nhà trường:

"Cha cam kết với các con: nhà trường này khởi đầu với giáo phận, giáo phận sẽ luôn ở bên các con để tiếp tục chăm sóc và cố gắng đem lại cho các con những điều tốt đẹp nhất."

Trong Lời Chủ Chăn viết cho kỷ yếu 10 năm hoạt động nhà trường, Đức Cha Gioan chia sẻ:

"Chặng đường 10 năm đã qua là một quá trình cho thấy rõ nỗ lực không mệt mỏi của toàn thể Ban giám hiệu, quý

thầy cô và sinh viên, học sinh của trường để thực hiện mục tiêu mà Giáo hội và xã hội mong ước.

Người khởi sự và đặt nền móng cho ngôi trường này là Đức Cha đáng kính Đaminh Nguyễn Chu Trinh, cùng với sự cộng tác đầy tâm huyết và sáng tạo của Cha cố Giuse Nguyễn Văn Uy. Cho đến hôm nay, Trường Hòa Bình luôn là một trong những mối quan tâm đặc biệt của các vị chủ chăn giáo phận. Giáo phận Xuân Lộc và nhiều cá nhân, tập thể đã hỗ trợ nhiều mặt để nhà trường được thành hình, từng bước hoàn thiện và phát triển. Sự tín nhiệm và cộng tác của quý phụ huynh và sinh viên, học sinh dành cho nhà trường thật đáng trân trọng và là nguồn động lực đưa trường tiến tới.

Trường Cao Đẳng Hòa Bình muốn cống hiến một nền giáo dục toàn diện đào tạo nên những người trẻ không chỉ có kiến thức và nghề nghiệp chuyên môn, nhưng còn có phẩm cách và đạo đức. Cách riêng, các sinh viên, học sinh Công giáo của Trường còn được hướng dẫn và nuôi dưỡng về đời sống đức tin. Mang tên "Hòa Bình", Trường Cao Đẳng này ôm ấp trong mình thao thức của Giáo hội để "ghi khắc vào tâm trí mọi người những cảm thức mới về hòa bình" theo tinh thần bác ái của Tin mừng.

Nhân dịp kỷ niệm 10 năm thành lập ngôi trường thân yêu và tiềm năng này, tôi mời gọi anh chị em cùng dâng lên Chúa tâm tình tri ân cảm tạ. Nguyện xin Chúa hướng dẫn các vị hữu trách, Ban giám hiệu và toàn thể sinh viên, học sinh của Trường thăng tiến hầu mong thu hoạch nhiều kết quả tốt đẹp trong công cuộc đào tạo. Tôi cũng xin chân thành cám ơn các thầy cô giáo và tất cả những ai đã cộng tác, giúp đỡ nhà trường trong những năm qua.

Sự nghiệp trồng người và huấn nghệ là một tiến trình dài… Hoài bão của giáo phận là muốn đứa con tinh thần Trường Hòa Bình tiếp tục vươn lên những tầm cao mới… Xin Chúa chúc lành cho anh chị em và cho ước nguyện chân thành của chúng ta được thành toàn.”

Đại diện chính quyền dân sự tham dự lễ kỷ niệm 10 năm hình thành và phát triển trường Cao đẳng Hòa Bình Xuân Lộc, gồm có: Ông Trà Quang Thanh – Vụ trưởng Vụ Công tác phía Nam thuộc Ban Tôn Giáo chính phủ; ông Cao Văn Quang – Chủ tịch Ủy ban MTTQ Việt Nam tỉnh Đồng Nai; ông Huỳnh Thanh Bình – Chủ nhiệm Ủy ban Kiểm tra tỉnh Đồng Nai; cùng đại diện một số ban, bộ, ngành Trung ương; lãnh đạo các sở, ban, ngành trong tỉnh Đồng Nai.

Trường Cao Đẳng Hòa Bình

(Ngày 11/11/2022)

ANNA NGUYỄN THỊ KIM YẾN NỮ HIỆP SĨ ĐẠI THÁNH GIÁ

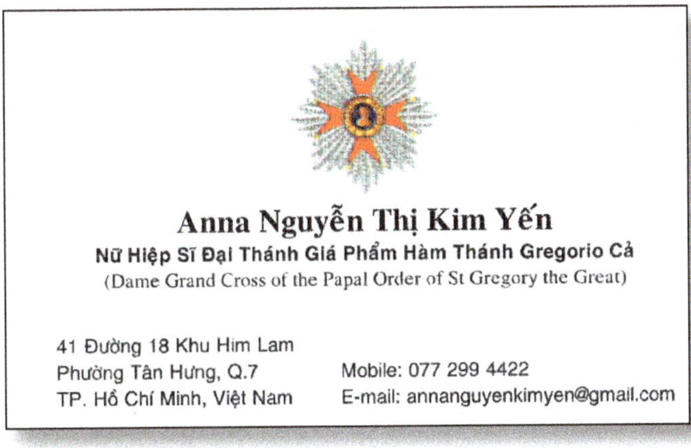
Anna Nguyễn Thị Kim Yến
Nữ Hiệp Sĩ Đại Thánh Giá Phẩm Hàm Thánh Gregorio Cả
(Dame Grand Cross of the Papal Order of St Gregory the Great)

41 Đường 18 Khu Him Lam
Phường Tân Hưng, Q.7
TP. Hồ Chí Minh, Việt Nam

Mobile: 077 299 4422
E-mail: annanguyenkimyen@gmail.com

Bà Anna Nguyễn Thị Kim Yến, phu nhân của HS ĐTG JB. Lê Đức Thịnh, thực sự là Nữ Hiệp Sĩ Đại Thánh Giá. Đây là xác nhận chính thức của Tòa thánh Vatican, thông qua việc in các danh thiếp gởi về cho Ông, Bà.

Việc công bố Sắc phong tước phẩm cho cả hai HS ĐTG này cũng đã được diễn ra đồng thời trong thánh lễ ngày 05/12/2007 tại giáo xứ Phúc Nhạc (Xuân Lộc, Đồng Nai).

Bà Anna Nguyễn Thị Kim Yến nhận bằng sắc phong Nữ Hiệp Sĩ Đại Thánh Giá, Phẩm Hàm Thánh Grogerio Cả, ngày 12 tháng 6, 2007 của Đức Thánh Cha Benedicto 16 ấn ký.

J. B. Lê Đức Thịnh

Hiệp Sĩ Đại Thánh Giá Phẩm Hàm Thánh Gregorio Cả

(Knight Grand Cross of the Papal Order of St Gregory the Great)

41 Đường 18 Khu Him Lam
Phường Tân Hưng, Q.7
TP. Hồ Chí Minh, Việt Nam

Mobile: 0913920901 - 0793141414
E-mail: hiepsidtg@gmail.com

Nhưng, nhiều năm liền trên các phương tiện thông tin đạo, đời đều ghi nhận Bà Anna Nguyễn Thị Kim Yến là "phu nhân" Hiệp sĩ Đại Thánh Giá. Ngay cả vài bài viết trong tập sách này do các tác giả viết trước đây, cũng sử dụng danh vị "phu nhân" Hiệp sĩ Đại Thánh Giá đối với Bà.

Giáo hội Công giáo Việt Nam cũng lần đầu tiên có giáo dân được phong Tước phẩm này, nên không tránh khỏi sai sót khi dịch thuật và công bố Sắc phong. (Xin xem PHỤ LỤC phần hình ảnh buổi thánh lễ sắc phong tước phẩm Hiệp Sĩ Đại Thánh Giá)

Tên tuổi của hai Hiệp sĩ Đại Thánh Giá JB Lê Đức Thịnh và Anna Nguyễn Thị Kim Yến được công bố chính thức trong Ấn phẩm ACTA APOSTOLICAE SEDIS (COMMENTARIUM OFFICIAL) ngày 02/11/2007; tại các trang 970 / hàng15 và trang 974 / hàng cuối cùng.

(Xin xem 2 Bằng Sắc Phong của hai HSĐTG và 3 trang sách *Acta Apostolicae Sedis* đính kèm theo bài)

Ban Biên Soạn

BENEDICTVS XVI PONT. MAX.

CVM COMPERTVM HABEAMVS TE OPTIME ESSE MERITVM DE ECCLESIA, VT, PRECES NOBIS ADHIBITAS LIBENTI ANIMO EXCIPIENTES, CONSPICVAM NOS TIBI BENEVOLENTIAE NOSTRAE TESTIFICATIONEM PVBLICE EXHIBEAMVS TE

Joannem Baptistam Lê Đức Thịnh

e Dioecesi Xuanlocensi

A MAGNA CRVCE EQVITEM ORDINIS S. GREGORII MAGNI E CLASSE CIVILI ELIGIMVS, FACIMVS AC RENVNTIAMVS. TIBI PROINDE FACVLTATEM TRIBVIMVS MAXIMI ETIAM MODVLI NOMISMA ARGENTEVM SINISTRO INNEXVM PECTORIS LATERI GESTANDI NEC NON PRIVILEGIIS OMNIBVS VTENDI, QVAE CVM HAC DIGNITATE SVNT CONIVNCTA

DATVM ROMAE, APVD S. PETRVM, DIE XII mensis Junii anno MMVII.

Tharsicius Card. Bertone
Secretarius Status

BENEDICTVS XVI PONT. MAX.

CVM COMPERTVM HABEAMVS TE OPTIME ESSE MERITAM DE ECCLESIA, VT PRECES NOBIS ADHIBITAS LIBENTI ANIMO EXCIPIENTES, CONSPICVAM NOS TIBI BENEVOLENTIAE NOSTRAE TESTIFICATIONEM PVBLICE EXIBEAMVS TE

Annam Nguyễn Thị Kim Yến

e Dioecesi Xuanlocensi

DOMINAM A MAGNA CRVCE ORDINIS S. GREGORII MAGNI ELIGIMVS FACIMUS AC RENVNTIAMVS. TIBI PROINDE FACVLTATEM TRIBVIMVS MAXIMI ETIAM MODVLI NOMISMA ARGENTEVM SINISTRO INNEXVM PECTORIS LATERI GESTANDI NEC NON PRIVILEGIIS OMNIBVS VTENDI, QVAE CVM HAC DIGNITATE SVNT CONIVNCTA

XII mensis Junii anno MMVII.

Tharsicius Card. Bertone
Secretarius Status

Hai bằng sắc phong Hiệp Sĩ và Nữ Hiệp Sĩ Đại Thánh Giá Phẩm Hàm Thánh Grogerio Cả ngày 12 tháng 6, 2007 của Đức Thánh Cha Benedicto 16.

An. et vol. XCIX 2 Novembris 2007 N. 11

ACTA APOSTOLICAE SEDIS

COMMENTARIUM OFFICIALE

TYPIS VATICANIS — MMVII

9	gennaio	2007	A S.E. il sig. Ahamad Abdulkareem Al-Ibrahim (*Kuwait*)
15	»	»	Al sig. Frank J. Hanna (Atlanta)
23	»	»	Al sig. Sabino de los Reyes Padilla, Jr. (Manila)
25	»	»	Al sig. Norman José Caldera Cardenal (*Nicaragua*)
»	»	»	Al sig. Avil Ramírez Valdivia (*Nicaragua*)
»	»	»	Al sig. Julio César Vega Pasquier (*Nicaragua*)
2	febbraio	»	Al sig. Pierpaolo Tempesta (*Italia*)
12	marzo	»	Al sig. Hans-Gert Pöttering (Osnabrück)
19	aprile	»	A S.E. il sig. Yahya Ali Mohamed Al-Abiad (*Yemen*)
»	»	»	A S.E. il sig. Kingsley Sunny Ebenyi (*Nigeria*)
»	»	»	A S.E. il sig. Lars Petter Forberg (*Norvegia*)
»	»	»	A S.E. il sig. Georges Santer (*Lussemburgo*)
»	»	»	A S.E. il sig. Mohamed Salia Sokona (*Mali*)
4	giugno	»	A S.E. il sig. Pietro Lonardo (*Italia*)
12	»	»	Al sig. Gioan-Baotixita Le Đú'c Thỉnh (Xuân Lộc)
15	»	»	A S.E. il sig. Pradap Pibulsonggram (*Thailandia*)
11	luglio	»	Al sig. Marco Orombelli (Milano)
»	agosto	»	Al sig. Giovanni De Gennaro (*Italia*)
3	settembre	»	Al sig. Mario Franzini (Reggio Emilia-Guastalla)
»	»	»	Al sig. José María Pérez de Herrasti y Narváez (Plasencia)
»	»	»	Al sig. Juan Velarde Fuertes (Madrid)

La Commenda con Placca dell'Ordine di San Gregorio Magno

2	gennaio	2007	Al sig. Armando Varricchio (*Italia*)
15	»	»	Al sig. Gary Krupp (*Stati Uniti*)
26	marzo	»	Al sig. Edward E. Dolejsi (*Stati Uniti*)
29	»	»	Al sig. Jakob Štunf (*Slovenia*)
30	»	»	Al sig. Adolfo Piria (Sabina-Poggio Mirteto)
»	»	»	Al sig. Giuseppe Rossetti (Sabina-Poggio Mirteto)
13	aprile	»	Al sig. Stefano Zamagni (Bologna)
3	maggio	»	Al sig. Piergaetano Marchetti (Milano)
21	»	»	Al sig. Giorgio Ficola (Roma)
12	giugno	»	Al sig. Heinrich Pompey (Freiburg im Breisgau)
18	»	»	Al sig. Abraham E. Quintero Prieto (*Venezuela*)
4	agosto	»	Al sig. Luciano Pasquale (Savona-Noli)
10	»	»	Al sig. Gerhard Schäfer (*Germania*)
11	»	»	Al sig. Vladimir Němec (*Repubblica Ceca*)
26	settembre	»	Al sig. Luc Van den Brande (Mechelen-Brussel)
5	ottobre	»	Al sig. Giuseppe D'Ermo (*San Marino*)
9	»	»	Al sig. Francesco Puccio (*Italia*)
3	novembre	»	Al sig. Lorenzo Bonomo (Roma)

La Commenda dell'Ordine di San Gregorio Magno

2	gennaio	2007	Al sig. Alvaro Castro Estrada (México)
15	»	»	Al sig. Pat A. Cipollone (Hartford)
23	»	»	Al sig. Peter Smithwick (Ossory)
25	»	»	Al sig. Sergio Visone (L'Aquila)

10	agosto	2007	Al sig. Helmut Schröer (Trier)
13	»	»	Al sig. Joseph Fares (*Siria*)
»	»	»	Al sig. Fabrizio Gregori (Roma)
»	»	»	Al sig. William Ihle (Portland)
»	»	»	Al sig. Sam Jackson (Portland)
»	»	»	Al sig. John Limb (Portland)
»	»	»	Al sig. John Murphy (Portland)
»	»	»	Al sig. Diarmuid O'Scannlain (Portland)
»	»	»	Al sig. Michael Heinrich Weninger (*Austria*)
3	settembre	»	Al sig. Rodolfo Alberto D'Onofrio (La Plata)
»	»	»	Al sig. Alberto Giordano (Vercelli)
»	»	»	Al sig. Ruffin Matungala (Kinshasa)
»	»	»	Al sig. Giovanni Poggi (Genova)
14	»	»	Al sig. John Bushell (Melbourne)
»	»	»	Al sig. Nicola Firrarello (Brescia)
»	»	»	Al sig. Vasyl Mazur (Kyiv-Zhytomyr)
»	»	»	Al sig. Erich Reichert (Freiburg im Breisgau)
»	»	»	Al sig. Ilario Ruffini (Brescia)
»	»	»	Al sig. Gregory John Francis Shanahan (Auckland)
»	»	»	Al sig. Richard Stone (Melbourne)
»	»	»	Al sig. Klaus Wangard (Essen)
15	»	»	Al sig. John McLean (Salford)
18	»	»	Al sig. Denis Riches (Birmingham)
»	»	»	Al sig. Mark Watson-Gandy (Gran Bretagna-Ord.militare)
10	ottobre	»	Al sig. Hubert Blanc (Paris)
»	»	»	Al sig. Georges-Christian Chazot (Paris)
»	»	»	Al sig. François Content (Paris)
»	»	»	Al sig. Christian de Pennart (Paris)
»	»	»	Al sig. Jean-Pierre Machelon (Versailles)
»	»	»	Al sig. Thierry Massis (Paris)
18	»	»	Al sig. Georges Nothhelfer (Fréjus-Toulon)
24	»	»	Al sig. Alfonso Berti (Imola)
»	»	»	Al sig. Michele Tamborrino (Taranto)
3	novembre	»	Al sig. Evolo Alboni Bonitatibus (Gubbio)
»	»	»	Al sig. Daniele Galardo (Teano-Calvi)
»	»	»	Al sig. Richard Johannes Wilhelmus Jozef Kuijten (Rotterdam)
»	»	»	Al sig. Johannes Everardus Kuipers (Rotterdam)
»	»	»	Al sig. James Leahy (Cloyne)

La Croce di Dama di Gran Croce dell'Ordine di San Gregorio Magno

4	aprile	2007	Alla sig.ra Bernadette Casey Smith (Armagh)
19	»	»	A S.E. la sig.ra Raychelle Awuor Omamo (*Kenya*)
12	giugno	»	Alla sig.ra Anna Nguyễn Thi Kim Yến (Xuân Lôc)

Hơn 200 Linh Mục trong và ngoài giáo phận Xuân Lộc đồng tế trong Thánh lễ Tạ Ơn tại Giáo xứ Phúc Nhạc ngày 05-12-2007.

Hình Ảnh Phụ Lục V

THÁNH LỄ TẠ ƠN
& NHẬN SẮC PHONG HIỆP SĨ ĐTG

Đức Giám Mục Phaolô Bùi Văn Đọc trao thanh kiếm Hiệp sĩ cho HSĐTG JB Lê Đức Thịnh trong buổi Lễ sắc phong tước phẩm.

Tại nhà thờ giáo xứ Phúc Nhạc (xã Gia Tân, huyện Thống Nhất, tỉnh Đồng Nai), thuộc giáo phận Xuân Lộc – nơi Ông JB Lê Đức Thịnh được sinh ra, lớn lên giữa gia đình – ngày 05/12/2007, thánh lễ Tạ ơn và trao nhận tước phẩm HS ĐTG cho hai ông bà đã được tổ chức trọng thể.

Các Đức cha Chủ tịch HĐGM Việt Nam, Chủ tịch Ủy ban Giáo lý - Đức Tin, Giám mục Xuân lộc đã chủ sự thánh lễ. Tham dự ngoài hơn 200 Linh mục đồng tế, còn có sự tham dự của hàng trăm tu sĩ nam nữ và hàng nghìn giáo hữu. Nhiều đại diện chính quyền các cấp và các tôn giáo bạn cũng hiện diện chúc mừng và chung vui với giáo hội Công giáo Việt Nam.

Nghi thức trao nhận sắc phong của Đức Thánh cha Benedicto XVI rất trang trọng và cảm động. Ngoài sắc phong được tuyên đọc, cả hai HS ĐTG được trao các sắc chỉ, mang huy hiệu, nhẫn và mặc phẩm phục quy định, riêng HS ĐTG JB Lê Đức Thịnh được trao kiếm tượng trưng cho tước phẩm cao quý.

Nhà thờ Giáo xứ Phúc Nhạc nơi tổ chức Thánh lễ Tạ Ơn và nhận sắc phong Hiệp Sĩ Đại Thánh Giá ngày 05-12-2007.

Các Giám Mục tiến vào Thánh đường.

HÌNH ẢNH PHỤ LỤC V

• Thánh Lễ Tạ Ơn & Nhận Sắc Phong Hiệp Sĩ Đại Thánh Giá

Các Đức Giám Mục Phaolô Nguyễn Văn Hòa - Chủ Tịch HĐGM/VN; Đa Minh Nguyễn Chu Trinh - Giám Mục Xuân Lộc; Phaolô Bùi Văn Đọc - Giám Mục Mỹ Tho, Chủ Tịch UB Giáo Lý Đức Tin; cùng chủ trì Thánh Lễ.

Quý Sơ tham dự Thánh Lễ.

Hai HSĐTG trình diện trước Cộng đoàn Dân Chúa cuối Thánh lễ Tạ Ơn tại Giáo xứ Phúc Nhạc.

Trao huy hiệu và nhẫn cho hai Hiệp Sĩ Đại Thánh Giá.

HÌNH ẢNH PHỤ LỤC V

• Thánh Lễ Tạ Ơn & Nhận Sắc Phong Hiệp Sĩ Đại Thánh Giá

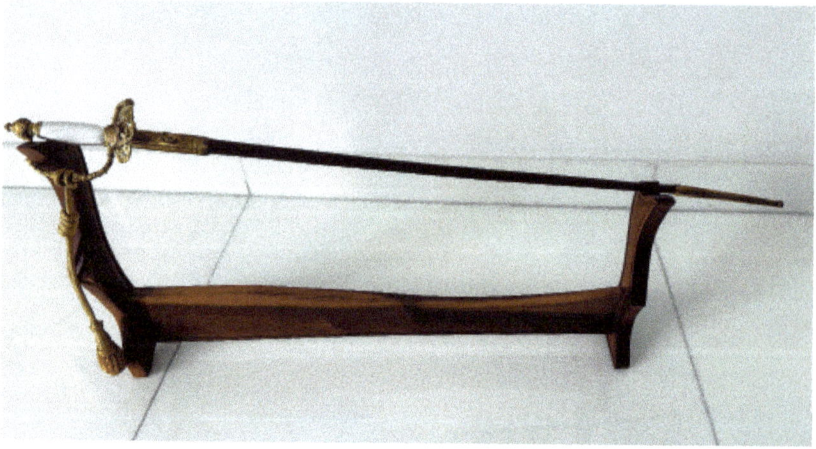

Cả hai HS ĐTG được ban huy hiệu, nhẫn và phẩm phục quy định, riêng HS ĐTG JB Lê Đức Thịnh được trao thanh kiếm tượng trưng cho tước phẩm Hiệp Sĩ cao quý.

Hai Hiệp Sĩ Đại Thánh Giá đã nhận bằng sắc phong và thanh kiếm.

Hai Hiệp Sĩ Đại Thánh Giá nhận bằng sắc phong tước phẩm.

Đức Giám Mục Phaolô Nguyễn Văn Hòa - Chủ Tịch HĐGM/VN tặng hoa chúc mừng.

Hai HSĐTG hân hoan nhận hoa chúc mừng

Hai HSĐTG cười tươi như hoa trao tặng.

Tràn ngập hoa chúc mừng mang lên sân khấu tặng hai HSĐTG

Chàng thanh niên JB Lê Đức Thịnh được Chúa chọn, và đó là ***một ơn gọi đặc biệt*** *để thực hiện một sứ vụ.*

MỘT ƠN GỌI ĐẶC BIỆT

LỜI BẠT

"Xuất thân từ một gia đình nông dân nghèo, lớn lên trong một xứ đạo miền quê hẻo lánh, học hành ít ỏi.. chàng thanh niên JB Lê Đức Thịnh lại được Chúa gọi, chọn để thực hiện một sứ vụ đặc biệt."

Từ cách nay 40 năm, tại Việt Nam khi đời sống kinh tế, xã hội sau chiến tranh còn bao nhiêu khó khăn, phức tạp; mối quan hệ giữa Đạo-Đời cũng ngổn ngang những nghi kỵ, rào cản, thậm chí âm thầm hay công khai muốn loại trừ nhau. Một phần khởi đi từ khác biệt ý thức hệ giữa vô thần và niềm tin sắt son của tín hữu; một phần do những tồn tại của lịch sử, và một phần do cách ứng xử giữa đôi bên dành cho nhau có những điều thái quá, mang nặng giáo điều; từ đó đã tạo nên một khoảng cách. Mặc dù trong thực tế cũng đã có không ít những lời mời gọi cùng nhau đối thoại và hợp tác để xây dựng, bảo vệ và phát triển đất nước, từ cả hai phía. Nhưng vẫn chưa đạt được nhiều kết quả như mong đợi, sự hòa hoãn giữa đôi bên mới như chỉ mới "bằng mặt chưa bằng lòng".

Trong bối cảnh đó, JB Lê Đức Thịnh đã xuất hiện. Không với lễ phục uy nghi nào huy hiệu trên ngực, mũ mão trên đầu, kiếm đeo ngang lưng như trong ngày lễ đón nhận Sắc phong Hiệp sĩ Đại Thánh Giá vào 20 năm sau. Anh xuất hiện đơn sơ trong y phục của một con người lao động bình thường, lam lũ và cần cù từ đường phố, ẩn chứa trong đó là những thao thức kiếm tìm phương thế sao cho ***Tốt Đời-Đẹp Đạo***. Anh cũng không biết phải nói sao với vốn ngôn ngữ và tri thức hạn hẹp của bản thân. Nhưng Thánh Thần Chúa đã dạy anh, đặt vào môi miệng, dạy Anh biết nói năng; đẩy Anh đi tới những nơi cần gặp gỡ, bắt đầu kiến tạo những nhịp cầu đối thoại để cảm thông, hiểu biết, tôn trọng, dẫn tiến tới hợp tác trong Chân lý, Công lý và Bình An.

Khởi đi từ những nỗ lực phục vụ và nhiệt thành làm chứng tại môi trường lao động nhỏ bé của mình, từng ngày tháng theo thời gian Anh đã gắn kết được trước hết với các vị chủ chăn đáng kính, tiếp đến với các nhà hữu trách, nhằm mở ra những trang lịch sử mới để Đạo-Đời ngày thêm khắng khít vì lợi ích chung của Giáo hội và Đất nước.

Những hình ảnh Phó Chủ tịch Hội Đồng Nhà Nước Huỳnh Tấn Phát đến thăm cơ sở sản xuất của Dòng Phú Quý (tại Phú Nhuận), Chủ tịch Mặt trận Tổ quốc Việt Nam Phạm Thế Duyệt đến thăm Giáo xứ Phúc Nhạc, Giáo phận

Xuân Lộc, rồi hình ảnh Phái đoàn Toàn Thánh Vatican đến Việt Nam mở đầu cho các cuộc làm việc nhằm tiến tới tái lập quan hệ bình thường với Nhà nước Việt Nam sau mấy chục năm gián đoạn... đã ghi nhận những dấu mốc lịch sử của ***Đối Thoại và Phục Vụ*** mà Anh đã gầy dựng, đã nhóm lên rực sáng từ những que diêm bé nhỏ.

Anh thừa nhận mình chỉ là que diêm bé nhỏ, là công cụ hèn kém nhưng Chúa đã sử dụng mình vào những công việc mà chắc chẳng mấy ai nghĩ là có thể mang lại kết quả. Mọi thành quả có được là do Ơn Chúa, nhờ lời cầu nguyện, chúc phúc của các phẩm trật Hội Thánh đã luôn dõi theo Anh - người con luôn tín trung, vâng phục của Giáo hội.

Những hình ảnh thân thương, trìu mến của các Đức Giáo Hoàng Benedicto 16, Francisco dành cho Anh và gia đình, rồi những hình ảnh của các Đức Giám Mục các giáo phận, nhiều Hội Dòng khắp cả nước bên cạnh Anh đã xác nhận điều này.

Trong tâm tình và nhất là lòng hiếu thảo đối với Mẹ Giáo hội, anh đã không ngừng mang lại cho Giáo hội bao nhiêu điều thiện hảo, mà đây đó trong các bài viết của các tác giả kể cả trong đạo ngoài đời, in trong tập sách này đã nhắc tới.

Đã có những Linh Địa như tại La Vang (Quảng Trị), Măng Đen (Kontum), Tà Pao (Bình Thuận), Núi Cúi (Xuân Lộc)... được phát triển; những cơ sở như Đại Chủng Viện Thánh Giuse (Xuân Lộc), Trường Cao đẳng Nghề Xuân Lộc; những giáo điểm, giáo xứ, thánh đường mới được thành lập, xây dựng từ các vùng sâu, vùng xa, "vùng trắng công giáo" trước đây... do sự vận động của Anh, được chính quyền các cấp thẩm quyền từ Trung ương tới địa phương chấp nhận, cũng đã cho thấy hoa trái từ mối quan hệ tốt đẹp giữa Đạo-Đời đã được Anh vun đắp bằng sự chân thành.

Hình ảnh các cuộc gặp gỡ, đối thoại, viếng thăm thân tình của các vị lãnh đạo chính quyền cấp cao không chỉ tại các Hội nghị chính thức, mà còn chính tại tư gia vào các dịp lễ, tết, ngày vui riêng của gia đình Anh... xác nhận rằng: Anh còn là một công dân đã thực sự đóng góp phần mình vào dòng chảy chung của dân tộc, của đất nước, trong đó quan trọng nhất là nối kết thành công khối đại đoàn kết giữa Dân Chúa và Dân Tộc Việt.

Đã có nhận xét: cuộc sống và những việc Anh đã làm, đúng là một Ơn Gọi, và như Thánh bổn mạng Jean Baptista, thường gọi là Gioan Tiền Hô, để đi trước mở lối cho Chúa, cho những điều kỳ diệu Ngài làm cho Giáo hội Việt Nam ngày nay. Anh cũng trở thành nhân chứng về tình Yêu Thương của Chúa luôn tràn trề sung mãn cho tất cả mọi người thiện chí biết cùng nhau xây dựng an bình.

Con người JB Lê Đức Thịnh ngày càng thể hiện rõ điều Anh tâm niệm: *"Trước khi là người Công giáo, mình đã là người Việt Nam"*, và vì: *"Người Công giáo tốt cũng là người công dân tốt"* như lời dạy của Đức Giáo Hoàng Benedicto 16.

Ban Biên Soạn

Hình Ảnh Phụ Lục VI

ĐỒNG HÀNH VÀ PHỤC VỤ

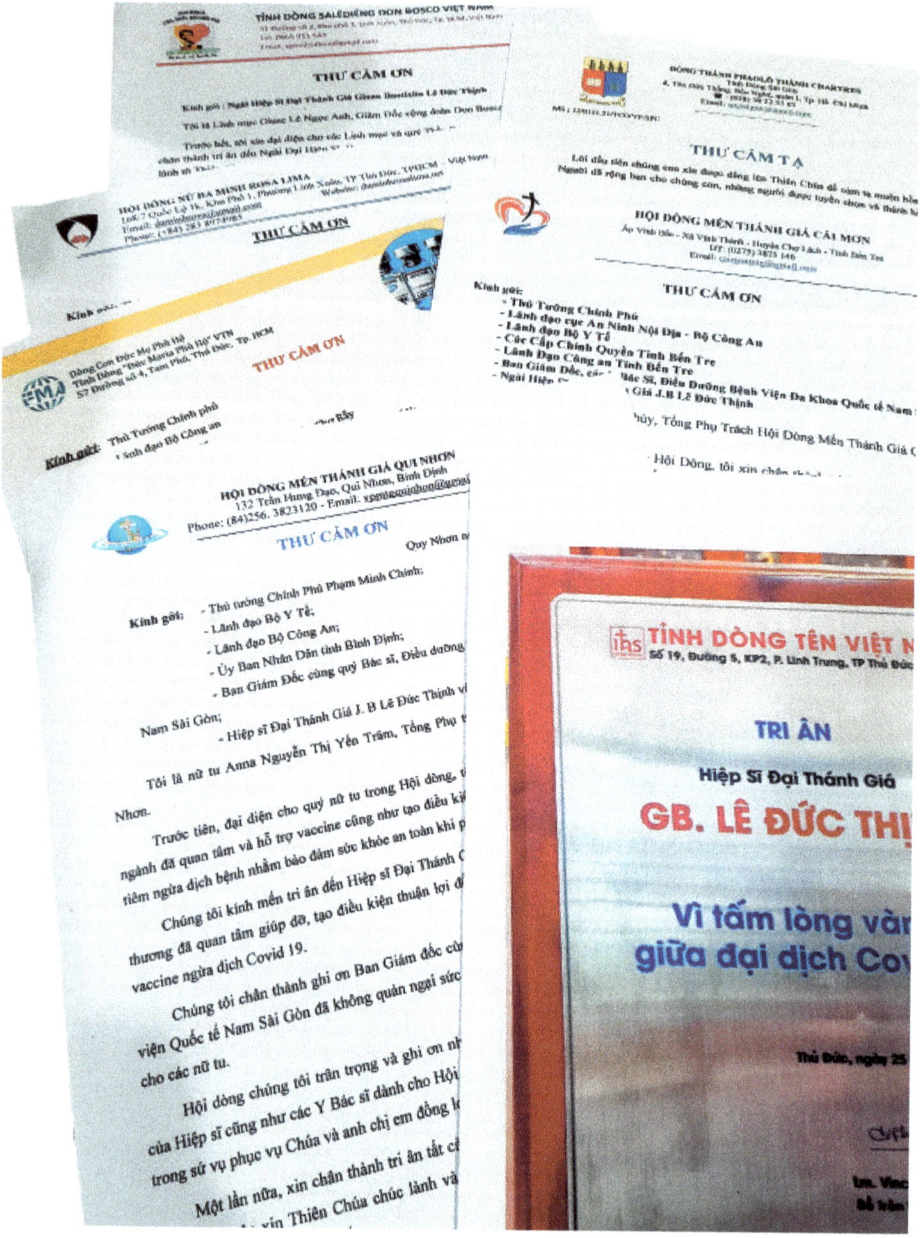

Một số văn bản và thư cảm tạ, tri ân HSĐTG JB Lê Đức Thịnh về việc đồng hành cứu trợ cho người dân nghèo khó.

Từ nhiều năm qua, đặc biệt sau khi được phong tước phẩm HS ĐTG JB Lê Đức Thịnh vẫn luôn rong ruổi đồng hành nhằm phục vụ, cứu trợ những người nghèo khó, yếu thế ở khắp nơi trong cả nước, không phân biệt đạo-đời.

Ông đặc biệt quan tâm tới vùng sâu, xa, đồng bào dân tộc, người nghèo và trẻ em có hoàn cảnh khó khăn. Với sự cộng tác của một vài thân hữu như Ông Đặng Văn Thanh - Tổng Giám đốc Cty Cổ phần Đầu tư-Xây dựng Việt Phú An, Giám đốc điều hành bệnh viện Đa khoa Quốc tế Nam Sài Gòn... HS ĐTG đã thực hiện hàng trăm cuộc thăm viếng, tặng quà cho các đơn vị Biên phòng, Nhà nuôi dưỡng người già, trẻ mồ côi v.v.

Đáng ghi nhận là trong đại dịch covid, HS ĐTG đã vận động được chính phủ cấp 15.000 liều vaccin, tổ chức các đoàn y bác sĩ tới chích ngừa cho giới tu sĩ tại nhiều tỉnh, thành.

Công việc **đồng hành** *cứu trợ những người nghèo khó trong yêu thương của HS ĐTG đã để lại ấn tượng tốt đẹp nơi nhiều vùng đất và con người mà ông đã đến* ***phục vụ.***

Một số hình tiêu biểu về đồng hành, phục vụ, từ thiện, cứu trợ... đưa ra trong phụ lục này không ghi chú thích, tuy nhiên cũng đủ nói lên một hành trình trải dài qua vài thập niên của HSĐTG; và cũng để khép lại tập sách **ĐỐI THOẠI & PHỤC VỤ.**

HÌNH ẢNH PHỤ LỤC VI

• Đồng Hành Và Phục Vụ

PHỤ LỤC HÌNH ẢNH VI

CHÍNH ANH EM HÃY CHO HỌ ĂN
P. ĂN 1
MICKEY

PHỤ LỤC HÌNH ẢNH VI

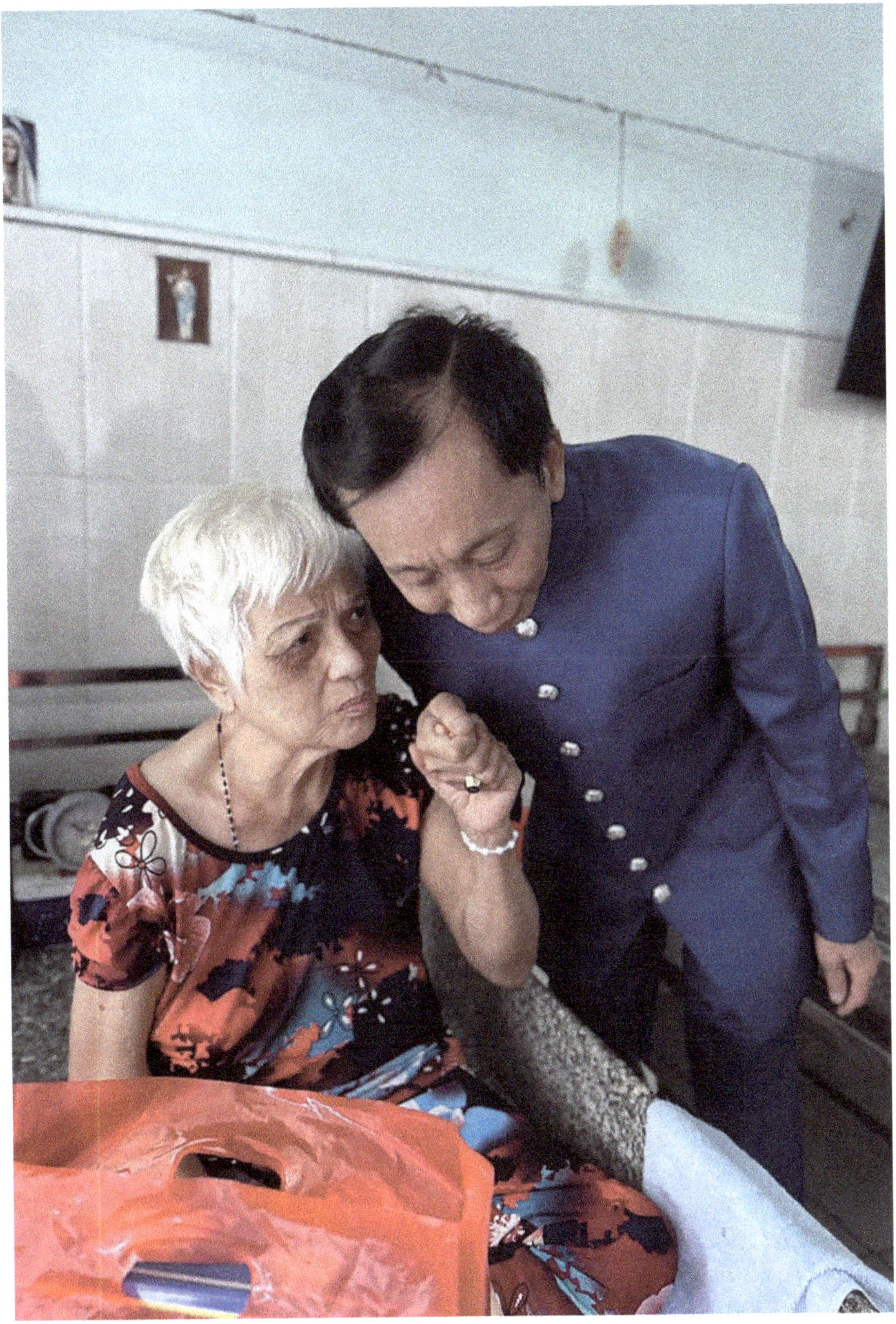

HÌNH ẢNH PHỤ LỤC VI

• Đồng Hành Và Phục Vụ

SICK
AND

3Miền

VietinBank

HÌNH ẢNH PHỤ LỤC VI

- Đồng Hành Và Phục Vụ

NƯỚC CỘNG HÒA XÃ HỘI
VIỆT NAM MUÔN NĂM

HIỆP SĨ ĐẠI THÁNH GIÁ GIOAN BAOTIXITA LÊ ĐỨC THỊNH

TÒA GIÁM MỤC BAN MÊ THUỘT
104 Phan Chu Trinh - Tp. Buôn Ma Thuột
DT: +84. (262) 3 844 758 - DD: 0914. 467 002
Email: ngvban@gmail.com

THƯ CÁM ƠN

Kính gửi: -Các Cơ quan, Ban ngành Chính Phủ
-Ban Giám đốc, các y bác sĩ Bệnh viện Chợ Rẫy
-Ban Giám đốc, các y bác sĩ Bệnh viện Đa Khoa Quốc Tế Nam Sài Gòn
-Ngài Hiệp Sĩ Đại Thánh Giá J.B Lê Đức Thịnh

Tôi là Vinh Sơn Nguyễn Văn Bản, Giám mục Giáo phận Ban Mê Thuột.

Trước tiên, đại diện cho các Linh mục, Tu sĩ trong Giáo phận Ban Mê Thuột, tôi xin chân thành tri ân ngài Hiệp Sĩ Đại Thánh Giá J.B Lê Đức Thịnh. Qua ngài, chúng tôi đã đón nhận được sự yêu thương giúp đỡ quý giá từ các Cơ quan ban ngành Chính Phủ và các Bệnh viện.

Tôi xin tri ân các Cơ quan, ban ngành của Chính Phủ, Ban Giám đốc và các y bác sĩ Bệnh viện Chợ Rẫy cũng như Bệnh viện Đa Khoa Quốc Tế Nam Sài Gòn đã chấp nhận đề nghị của ngài Hiệp Sĩ Đại Thánh Giá để cung cấp thuốc cũng như cho các bác sĩ và nhân viên y tế đến tận nơi khám bệnh và chích ngừa Covid cho các Linh mục, Tu sĩ và Chủng sinh của Giáo phận Ban Mê Thuột.

Việc quý Vị cung cấp thuốc và cho các bác sĩ và nhân viên y tế từ Tp. Hồ Chí Minh lên đến tận Tp. Buôn Ma Thuột để tiêm chủng cho các Linh mục, Tu sĩ nam nữ và các Chủng sinh trong Giáo phận chúng tôi là một minh chứng rõ ràng cho việc quan tâm và nỗ lực của các cơ quan hữu trách và những người công tác trong ngành Y tế trong việc bảo vệ sức khỏe người dân và phòng chống dịch Covid.

Chúng tôi rất biết ơn và trân trọng những nghĩa cử cao đẹp cũng như sự quan tâm đại lượng của ngài Đại Hiệp Sĩ, quý Cơ quan, ban ngành và Ban Giám đốc, các y bác sĩ của Bệnh viện Chợ Rẫy và Bệnh viện Đa Khoa Quốc Tế Nam Sài Gòn dành cho các Linh mục, Tu sĩ và các Chủng sinh của chúng tôi.

Kính mong quý Vị tiếp tục tạo điều kiện giúp đỡ các Linh mục, Tu Sĩ và Chủng sinh của Giáo phận chúng tôi trong thời gian tới.

Một lần nữa, chúng tôi xin chân thành tri ân quý Vị. Nguyện xin Thiên Chúa chúc lành và ban cho quý Vị cũng như gia đình luôn được bình an, sức khỏe và thành công trong cuộc sống.

Tòa Giám mục Ban Mê Thuột, ngày 23 tháng 10 năm 2021

Giám mục Giáo phận

GIÁO-PHẬN BAN MÊ THUỘT TÒA GIÁM MỤC

† VINHSƠN NGUYỄN VĂN BẢN

DÒNG ĐỨC MARIA NỮ VƯƠNG HÒA BÌNH
GIÁO PHẬN BAN MÊ THUỘT
254 Xô Viết Nghệ Tĩnh
TP Buôn Ma Thuột - Tỉnh ĐĂKLĂK
ĐT. 0262. 3855561/ 0846632939

THƯ CẢM ƠN

Buôn Ma Thuột, Ngày 28.02.2022

Kính gửi: - Thủ Tướng Chính Phủ Phạm Minh Chính

- Lãnh Đạo Bộ Y Tế
- Lãnh đạo Bộ Công An
- Ban Giám Đốc cùng quý Bác sĩ, Điều dưỡng và nhân viên Bệnh viện Quốc Tế Nam Sài Gòn
- Hiệp Sĩ Đại Thánh Giá JB. Lê Đức Thịnh và Phu Nhân,

Tôi, Nữ tu Maria Nguyễn Thị Thuận, Tổng Phụ Trách Dòng Đức Maria Nữ Vương Hòa Bình, Giáo Phận Ban Mê Thuột, ĐăkLăk

Trước hết, thay lời cho Chị Em Hội Dòng, tôi xin trân trọng tri ân Thủ Tướng cùng quý ban nghành đã quan tâm và hộ trợ Vaccine cùng tạo mọi điều kiện thuận lợi để tu sĩ trong Dòng được tiêm ngừa dịch bệnh nhằm bảo đảm an toàn khi phục vụ tại tuyến đầu và giúp đỡ đồng bào trong nhiều hoàn cảnh khó khăn khác nhau.

Chúng tôi kính mến tri ân đến Hiệp sĩ Đại Thánh Giá JB. Lê Đức Thịnh và Phu Nhân, để bảo đảm sức khỏe cho Chị Em trong Dòng khi bắt đầu trở lại các sinh hoạt mục vụ trong hoàn cảnh "bình thường mới", và nhất là để Chị Em có thể an tâm tình nguyện phục vụ ở tuyến đầu, thêm một lần nữa chúng tôi lại nhận được sự ưu ái, quan tâm của Hiệp sĩ, ngài đã tạo điều kiện cho các nữ tu Dòng Đức Maria Nữ Vương Hòa Bình được tiêm 3 mũi vaccine ngăn ngừa Covid.

Kính thưa Hiệp sĩ, trong thời gian qua, Hội Dòng chúng tôi cũng đã có nhiều nữ tu tình nguyện đi phục vụ tạinhiều nơi: Bệnh viện Dã chiến số 2, tỉnh Đăk Lăk (2 đợt); Bệnh Viện Đa Khoa vùng Tây nguyên (4 đợt) và Bệnh Viện Đa khoa huyện Tuy Đức, Tỉnh Đăk Nông (3 đợt). Và hôm nay, ngày 28.02.2022 sau khi tiêm bổ sung mũi 3 sẽ có thêm 8 nữ tu lên đường tiếp tục phục vụ tại Bệnh viện Đa Khoa vùng Tây Nguyên. Chúng tôi rất vui vì có thể góp phần phần bé nhỏ của mình trong việc chăm sóc các bệnh nhân. Thiên Chúa quan phòng đã gửi Hiệp sĩ như cánh tay nối dài để hỗ trợ chúng tôi. Nguyện xin Thiên Chúa gia ân bội hậu cho tấm lòng quảng đại yêu thương của Hiệp sĩ.

Chúng tôi chân thành ghi ơn Ban Giám Đốc cùng quý bác sĩ, điều dưỡng và nhân viên Bệnh Viện Quốc Tế Nam Sài Gòn đã không quản ngại sức khỏe, thời gian, công việc để dến nhà dòng tiêm Vaccine cho các nữ tu. Chúng tôi rất cảm động và trân quý tinh thần hy sinh quảng đại này.

Một lần nữa, chúng tôi xin chân thành tri ân tất cả Quý Vị. Nguyện xin Thiên Chúa Ba Ngôi chúc lành và ban cho quý vị cùng gia quyến được mạnh khỏe, bình an và thành công trong cuộc sống.

Trân trọng.
Tm. Hội Dòng

DÒNG ĐỨC MARIA NỮ VƯƠNG HÒA BÌNH - GIÁO PHẬN BANMÊTHUỘT

Nữ tu Nguyễn Thị Thuận

DÒNG THÁNH PHAOLÔ
Tỉnh dòng Sài Gòn
4, Tôn Đức Thắng, P. Bến Nghé, Q. 1, thành phố Hồ Chí Minh
☎ : (028) 38 22 33 87
Email: spcsaigon@gmail.com

MS : 6/1012.21/TCO/VP-SPC

THƯ CÁM ƠN

Kính gởi : **- Thủ Tướng Chính Phủ**
- Lãnh đạo Bộ Công An
- Lãnh đạo Bộ Y tế
- Ban Giám Đốc, các Y Bác sĩ, Điều Dưỡng-BV Đa Khoa Quốc tế Nam Sàigòn
- Hiệp sĩ Đại Thánh Giá J.B Lê Đức Thịnh

Tôi, Nữ tu Nguyễn Thị Thơm, Giám Tỉnh Dòng Thánh Phaolô thành Chartres, Tỉnh Dòng Sàigòn.

Thay mặt các Chị em trong Tỉnh Dòng, tôi xin chân thành tri ân Thủ Tướng Chính Phủ - Lãnh đạo Bộ Công An - Lãnh đạo Bộ Y tế - Ban Giám Đốc và các Y Bác sĩ, Điều dưỡng của Bệnh viện Đa Khoa Quốc tế Nam Sàigòn và Hiệp sĩ Đại Thánh Giá J.B Lê Đức Thịnh.

Trong lúc Tp. HCM tiếp tục bùng phát đợt dịch thứ 4 với diễn biến phức tạp, chúng tôi chỉ biết mong chờ được tiêm ngừa đủ liều Vaccine Covid -19, phương dược hữu hiệu nhất để có thể chống chọi với Virus Corona. Chị em chúng tôi vui mừng vì đã được tiêm ngừa mũi 2 đúng kỳ hạn, đó là một nỗ lực không ngừng của Hiệp sĩ Đại Thánh Giá J.B Lê Đức Thịnh với sự hỗ trợ của Thủ Tướng Chính Phủ và các Cấp chính quyền.

Những liều thuốc tiêm ngừa Covid-19 trong lúc đại dịch đang diễn biến cách nguy hiểm và khó lường này, thực sự là một nghĩa cử cao đẹp đã đem lại cho Chị em chúng tôi sự hy vọng, lòng can đảm và niềm vui để tiếp tục phụng sự Chúa và phục vụ xã hội, bằng cách mạnh dạn đến với những anh chị em yếu thế, có hoàn cảnh khó khăn nhất.

Chúng tôi trân trọng tri ân Ban Giám Đốc và các Y Bác sĩ, Điều dưỡng của Bệnh viện Đa Khoa Quốc tế Nam Sàigòn. Quý vị đã hy sinh rất nhiều công sức và thời gian để thực hiện việc tiêm ngừa cho chị em chúng tôi.

Kính mong sự hỗ trợ này sẽ được tiếp tục trong lúc đại dịch vẫn còn hoành hành trên quê hương thân yêu của chúng ta.

Một lần nữa, xin chân thành tri ân tất cả Quý vị với tất cả lòng biết ơn của Chị em chúng tôi. Nguyện xin Thiên Chúa chúc lành và ban nhiều sức khỏe và niềm vui trong cuộc sống cho Quý vị và gia quyến.

TP.Hồ Chí Minh ngày 11 tháng 12, 2021

Nữ tu Nguyễn Thị Thơm
Bề Trên Giám Tỉnh

GIÁO PHẬN PHAN THIẾT
TU ĐOÀN BÁC ÁI CHÚA KITÔ TÔI TỚ
Khu Phố 1, Thị trấn Tân Nghĩa, Hàm Tân, Bình Thuận, Việt Nam
Email: *tdbacaixahoi@gmail.com*; Tel: 02526252114
+ *Trụ sở ở TP.HCM*: 26, Đường 270, F. Phước Long A, Q. 9, TPHCM

Hàm Tân, ngày 05/12/2021

THƯ CẢM ƠN

Kính gửi: Thủ Tướng Chính Phủ
Lãnh đạo Bộ Công An và Lãnh đạo Bộ Y Tế
Chính quyền các cấp tỉnh Bình Thuận
Ban Giám Đốc, các Y Bác sĩ Bệnh Viện Chợ Rẫy
Ban Giám Đốc, các y bác sĩ Bệnh Viện Đa Khoa Quốc Tế Nam Sài Gòn
Ngài Đại Hiệp Sĩ Thánh Giá Gioan Baotixita Lê Đức Thịnh

Tu Đoàn Bác Ái Chúa Kitô Tôi Tớ thuộc Giáo Phận Phan Thiết, trụ sở chính tại huyện Hàm Tân, tỉnh Bình Thuận.

Chúng con vui mừng tri ân tới Thủ Tướng Chính Phủ, Lãnh đạo Bộ Công An, Lãnh đạo Bộ Y Tế, Chính quyền các cấp tỉnh Bình Thuận, đã ưu ái quan tâm và chấp thuận lời đề nghị của Ngài Hiệp Sĩ Đại Thánh Giá trong việc cung cấp thuốc men, và tạo những điều kiện thuận lợi cho các y bác sĩ đến tận Tu Đoàn chúng con phục vụ.

Tu Đoàn cảm thấy thật vinh hạnh và biết ơn tới ngài Hiệp Sĩ Thánh Giá Gioan Baotixita Lê Đức Thịnh, đã quảng đại và giúp đỡ các thành viên Tu Đoàn có được vaccine để sớm tạo khả năng miễn dịch cộng đồng.

Chúng con cũng thật vui mừng và vô cùng biết ơn tới Ban Giám Đốc và Các Y Bác Sĩ Bệnh viện Chợ Rẫy, Bệnh Viện Đa Khoa Quốc Tế Nam Sài Gòn đã nhận lời của ngài Hiệp Sĩ Đại Thánh Giá và đã hy sinh thời gian, công sức, đường xa tới tận trụ sở của Tu Đoàn; đã ân cần, tận tụy chích ngừa vaccine cho các thành viên Tu Đoàn và các anh chị em Tu sĩ Giáo phận Phan Thiết; một nghĩa cử thật cao cả và là hình ảnh đẹp của một "lương y như từ mẫu", là nguồn động viên và khích lệ chúng con trong đời sống tu trì và các hoạt động bác ái xã hội của mình. Các anh chị em tu sĩ này là những người đã, đang và sẽ tham gia vào tuyến đầu trong việc giúp đỡ bà con qua các hoạt động bác ái từ thiện và tham gia phòng chống dịch khi được các cơ quan chức năng mời gọi cộng tác. Xin nhận nơi chúng con lòng biết ơn chân thành, cùng những lời chúc tốt đẹp nhất.

Một lần nữa, chúng con xin hết lòng cảm ơn Thủ Tướng Chính Phủ, Lãnh đạo Bộ Công An và Y Tế, Chính quyền các cấp tỉnh Bình Thuận, Quý Ban Giám đốc các Bệnh viện, Hiệp Sĩ Đại Thánh Giá đã giúp đỡ chúng con trong chương trình chích ngừa vaccine và miễn dịch cộng đồng; xin tiếp tục yêu thương nâng đỡ để chúng con có thể hoàn thành tốt sứ vụ của đời sống dâng hiến và tham gia vào các hoạt động bác ái xã hội, cùng chung tay đem lại ấm no hạnh phúc cho bà con, nhất là những người đang gặp khó khăn. Xin ơn trên phù hộ, ban cho Quý Vị và gia đình luôn dồi dào sức khỏe và bình an.

Tm. Tu Đoàn,

GIÁO PHẬN PHAN THIẾT
TU ĐOÀN BÁC ÁI CHÚA KITÔ TÔI TỚ
H.HÀM TÂN - T.BÌNH THUẬN

Chinh

Linh mục Phaolô Hồ Phi Chinh
Tổng Phụ Trách

GIÁO HỘI PHẬT GIÁO VIỆT NAM

TỊNH XÁ NGỌC THẠNH

THƯ CẢM ƠN

Kính Gởi: - Các cơ quan, ban ngành đoàn thể các cấp.

- Ban Giám Đốc, các Y Bác Sĩ, Điều Dưỡng Bệnh Viện Chợ Rẫy.

- Ban Giám Đốc, các Y Bác Sĩ, Điều Dưỡng Bệnh Viện Đa Khoa Quốc tế Nam Sài gòn.

- Hiệp sĩ Đại Thánh Giá J.B Lê Đức Thịnh.

Tôi tên: Lê Bình. Pháp Danh: Thích Giác Phương. Là tu sĩ Phật Giáo, hiện đang tu học tại Tịnh xá Ngọc Thạnh, thôn phước Thành, Xã Tân Hòa, thị xã Phú Mỹ, tỉnh Bà Rịa- Vũng Tàu.

Tôi thay mặt chư Tăng Ni xã Tân Hòa, xin chân thành cảm niệm tri ân Hiệp sĩ Đại Thánh Giá J.B Lê Đức Thịnh, ông đã nỗ lực không ngừng, để hỗ trợ hơn 100 Tăng Ni chúng tôi trong việc tiêm ngừa Covid – 19.

Trong lúc TP. HCM đang bùng phát đợt dịch thứ 4 và các tỉnh lân cận lây nhiễm cũng khá phức tạp. Hơn thế nữa, Vắc xin còn có giới hạn. Nhưng quí vị kịp thời tạo điều kiện thuận lợi hỗ trợ cho Tăng Ni được Tiêm Vắc xin, chúng tôi vô cùng an tâm. Chính vì chỗ ấy, hôm nay tôi thay mặt toàn thể Tăng Ni trân trọng biết ơn sâu sắc đến quí vị: Các cấp chính quyền đã tạo điều kiện thuận lợi cho việc tiêm ngừa trong lúc giãn cách xã hội này.

Chúng tôi trân trọng tri ân Ban Giám Đốc và các Y bác Sĩ, Điều Dưỡng của Bệnh viện Chợ Rẫy và Bệnh Viện Đa Khoa Quốc tế Nam Sài Gòn. Quí vị đã hy sinh rất nhiều công sức và thời gian, để thực hiện việc tiêm ngừa cho Tăng Ni chúng tôi. Nghĩa cử cao đẹp để bảo vệ sức khỏe người dân trong đại dịch đang diễn biến một cách nguy hiểm và khó lường này. thực sự đã đem lại cho chúng tôi hy vọng, sự can đảm và niềm vui để tiếp tục phụng sự đạo pháp và dân tộc.

Kính mong sự hỗ trợ này sẽ được tiếp tục trong thời gian sắp tới.

Một lần nữa, xin chân thành tri ân quí vị với tất cả lòng biết ơn của chúng tôi. Trước khi dứt lời kính chúc toàn thể quí vị sức khỏe được dồi dào và luôn luôn gặp những điều may mắn./.

Tân Hòa, ngày 18/10/ 2021

TM. Tăng Ni.

TỊNH XÁ NGỌC THẠNH XÃ TÂN HÒA

Tỳ kheo: Thích Giác Phương

Mục Lục

Tước Phẩm Hiệp Sĩ Đại Thánh Giá • *Lan Chi* 7

Vài Hàng Tiểu Sử JB Lê Đức Thịnh • *Ban Biên Soạn* 9

Lời Dẫn Nhập • *Ban Biên Soạn* 11

Như Muối Của Đất, Như Men Trong Bột • *Phùng Nghị* 13

Hiệp Sĩ Đại Thánh Giá, Ông Là Ai? • *Lê Hữu Tuấn* 19

Hình Ảnh Người Giáo Dân
"Sống Phúc Âm Giữa Lòng Dân Tộc" • *Trường Thanh*h 24

Thầm Lặng Giúp Đời • *Thu Hằng* 29

Một Con Người Kiến Tạo Hòa Giải • *Phạm Hùng Nghị* 33

Hình Ảnh Phụ Lục I
• *Vài Dấu Mốc Lịch Sử* 43

Người Đã Sống Nên Thánh Giữa Đời • *Hoàng Yến* 52

Dìu Nhau Cùng Đi Trong Đời • *Ngọc Lan* 58

Một Vài Dấu Ấn Đặc Biệt* • *Người Công Giáo Việt Nam* 63
Trái Tim Đại Hiệp Sĩ • *Hồ Quang* 66
Người Nối Nhịp Cầu Thông Cảm • *Hoàng Yến* 69
Tỏa Sáng Đức Tin, Phục Vụ Và Bảo Vệ Dân Tộc • *Dạ Yến* 75
Những Tình Yêu Cao Cả • *Hoàng Yến* 82
Sống Yêu Thương Phục Vụ
Và Hòa Hợp Dân Tộc• *Lê Hùng Luân* 87
Một Giáo Dân Được
Vatican Ưu Ái Đặc Biệt • *Bùi Thanh Thủy* 101

Hình Ảnh Phụ Lục II
• *Vatican Thành Thánh Roma* 107

Hạnh Phúc Trong Gian Khó • *Dạ Yến* 124
Ngôi Nhà Thờ Đẹp - Một Tâm Hồn Đẹp • *Hoàng Yến* 133
Nối Một Vòng Tin Yêu • *Dạ Yến* 139
Lửa Đã Bừng Lên Giữa Núi Rừng • *Phùng Nghị* 146
40 Năm Nối Kết Đạo-Đời • *Minh Hải* 152

Hình Ảnh Phụ Lục III
• *Gắn Bó & Trung Thành Với Giáo Hội Mẹ VN* 163

Có Phải Người Công Giáo Việt Nam
Bỏ Rơi Chúa Thánh Thần? • *Giuse Đỗ Mạnh Hùng* 175
Thư Chung 1980: Con Đường Mới Của
Người Công Giáo Việt Nam • *JB Lê Đức Thịnh* 178
Người Công Giáo Việt Nam Tham Gia
Phát Triển Kinh Tế Đất Nước • *JB Lê Đức Thịnh* 185
Chuyển Biến Mới Về Ý Thức Hệ • *Nguyễn Văn Hưởng* 191

Thư Đức Thánh Cha Francico Gởi CĐ Công Giáo VN 204
Để Đồng Hành Cùng Dân Tộc • *Giuse Đỗ Mạnh Hùng* 210

Hình Ảnh Phụ Lục IV
• ***Đồng Hành Cùng Đất Nước*** 223

Chút Tâm Tình Sau Đại Hội • ***Khải Đạo*** 248
Chat GPT Về HSĐTG Lê Đức Thịnh • ***Đặng Văn Thanh*** 256
Phúc Nhạc Quê Hương
Đôi Hàng Lịch Sử • ***Vietcatholic News*** 268
Đại Chủng Viện Thánh Giuse Xuân Lộc 275
10 Năm Hình Thành Trường Cao Đẳng Hòa Bình, Xuân Lộc 281
Anna Nguyễn Thị Kim Yến Nữ Hiệp Sĩ Đại Thánh Giá 285

Hình Ảnh Phụ Lục V
• ***Thánh Lễ Tạ Ơn & Nhận Sắc Phong HS ĐTG*** 293

Một Ơn Gọi Đặc Biệt • ***Lời Bạt Ban Biên Soạn*** 305

Hình Ảnh Phụ Lục VI
• ***Đồng Hành Và Phục Vụ*** 309